AF765008

அட்வான்ஸ் அஞ்சலி

23வது ஜன்னல்

- இரு நாவல்கள் தொகுப்பு -

ரா ஜே ஷ் கு மா ர்

RAJESHKUMAR RK Publishing

ISBN: 978-93-90771-53-0

இரு நாவல்கள் தொகுப்பு (RK046)

அட்வான்ஸ் அஞ்சலி | **23வது ஜன்னல்**
முதல் நாவல் | இரண்டாவது நாவல்

ராஜேஷ்குமார்

முதல் பதிப்பு - டிசம்பர் 2022

வெளியீடு: RK பப்ளிஷிங், 23, யமுனா தெரு,
க்யூரியோ கார்டன் அவென்யூ, வடவள்ளி, கோயம்புத்தூர் - 641 046.

விலை: ₹ 195

அட்டை வடிவமைப்பு: ஆர்.கே. ஸ்ரீவத்ஸன்

A collection of two novels (RK046)

Advance Anjali | **23Vathu Jannal**
First Novel | **Second Novel**

Rajeshkumar

First Edition - December 2022

Published by: RK Publishing, 23, Yamuna Street,
Curio Garden Avenue, Vadavalli, Coimbatore - 641046.
Mob: 89251 16783
email: rkpublishing41@gmail.com
Web: www.rajeskumarnovels.com

Price:

Cover Designed by: R K Srivathson

அட்வான்ஸ் அஞ்சலி

(1989ல் வெளிவந்த க்ரைம் நாவல் எனும் மாத இதழில் வந்த நாவல்)

1

நிஜந்தன் தன் மோட்டார் பைக்கை வீட்டுப் போர்டிகோவில் நிறுத்திவிட்டு உள்ளே நுழைய, ஸ்வேதா அவனுடைய தங்கை எதிர்பட்டாள்.

"அண்ணா...!"

"ம்..."

"மாதுரி வந்திருக்கா..."

நிஜந்தன் நெற்றியைச் சுருக்கினான். "மாதுரி...?"

"அதுக்குள்ளே, பேரை மறந்துட்டியாண்ணா...? நீயெல்லாம் ஒரு க்ரைம் ப்ராஞ்ச் ஆபீஸர்...?"

"உன்னோட தோழி மாதுரியைச் சொல்றியா...?"

"அவளே தான்..."

"ஏதோ ஒரு கேஸைப்பத்தி சொல்றதுக்காக வர்றேன்னு சொல்லியிருந்தா இல்லையா...?"

"ஏதோ ஒரு கேஸில்லை... அவளோட கணவர் முரளிதரன் ஏதோ ஒரு ஆராய்ச்சிக்காக... கிராமத்துக்கு போயிருந்தப்போ..."

"ஓ... அந்த கேஸா...? பேயோ... ஆவியோ... வந்து அடிச்சிட்டுப் போயிட்டதா..." சொன்ன நிஜந்தன் சிரித்தான்.

"அண்ணா...! சிரிக்காதே. அவ அழுது அழுது நைஞ்சுபோன காயிதம் மாதிரி இருக்கா...! அந்த கேஸை பத்தி உன்கிட்டே ஏதோ சொல்றதுக்காக வந்திருக்கிறவகிட்டே மூஞ்சியை கொஞ்சம்

அனுசரணையா வெச்சிக்கிட்டு கேளு... கேட்டுட்டு அவமனசுக்கு கொஞ்சம் தைரியம் வர்ற மாதிரி பேசு..."

"சரி... உத்திரவு..."

நிஜந்தன் தன் அடர்த்தியான கிராப்பை இரண்டு கைகளாலும் கோதிக்கொண்டே ஸ்வேதாவின் அறைக்குள் நுழைய,

சேலைத் தலைப்பைப் போர்த்திக்கொண்டு - உட்கார்ந்திருந்த அந்த இளம்பெண் எழுந்து நின்றாள். கவலை தூசு படிந்த முகம். அலம்பினால் அழகாய் இருப்பாள்போல தோன்றியது. நெற்றியில் பொட்டும், கண்களில் மையும் இல்லாததால் முகத்தின் சோகம் அதீதமாய் தெரிந்தது.

உதடுகள் மெலிதாய் "வணக்கம்" - என்று முனக குச்சியான தன் நீண்ட விரல்களால் கும்பிட்டாள்.

"உட்காருங்க..."

நிஜந்தன் சோபாவைக் காட்டிவிட்டு எதிரில் இருந்த நாற்காலியில் உட்கார்ந்தான். ஸ்வேதாவும் பக்கத்தில் போய் உட்கார்ந்தாள்.

"மாதுரி! உன்னோட கேஸைப்பத்தி என்னோட அண்ணன்கிட்டே ஏற்கெனவே சொல்லியிருக்கேன்... இருந்தாலும் நீயும் ஒரு தடவை அந்தக் கேஸைப்பத்தி விளக்கமா சொல்லிடு..."

மாதுரி நிஜந்தனை ஏறிட்டாள். மெல்லிய குரலில் பேச ஆரம்பித்தாள். "ஸார்! என்னோட கணவர் முரளிதரன் மூணு மாசத்துக்கு முன்னாடி ஒரு சரித்திர ஆராய்ச்சிக்காக... கானாடுகாத்தானுக்கு பக்கத்தில் இருக்கிற கல்லல் கிராமத்துக்குப் போனார். அங்கே இருந்த குரங்குதுரை பழைய பங்களாவில் தங்கி - ஆராய்ச்சி பண்ணிட்டிருந்த அவர் திடீர்ன்னு ரத்தம் ரத்தமா கக்கி செத்துப்போனார். பாடியை போஸ்ட்மார்ட்டம் பண்ணின டாக்டர் என் கணவரோட இருதயத்துல இருக்கிற ஒரு முக்கியமான ரத்தக் குழாய் பர்ஸ்ட் ஆனதாலே... ரத்தம் கக்கி செத்துப்போனதா... ரிப்போர்ட் குடுத்திருக்கார். போலீஸூம் அந்த ரிப்போர்ட்டை வெச்சு... அது ஒரு 'இயற்கையான மரணம்'ங்கிற முடிவுக்கு வந்து கேஸ் பைலை க்ளோஸ் பண்ணிட்டாங்க..."

நிஜந்தன் குறுக்கிட்டான்:

"ஆனா... நீங்க... அதை இயற்கையான மரணமில்லைன்னு சொல்ல வர்றீங்க... இல்லையா...?"

“ஆமா...”

“எதனால அந்த முடிவுக்கு வந்தீங்க...?”

“என்னோட கணவர் ஆரோக்கியத்தைப்பத்தி எனக்குத் தெரியும்... ஸார், ரத்தக்குழாய் வெடிச்சு சாகிற அளவுக்கு இதய நோயாளியில்லை... அவர் எங்க ஃபேமிலி டாக்டர்கிட்டே எவ்ரி மன்த் செக்கிங் போவார். என்னைக் காட்டிலும் எங்க ஃபேமிலி டாக்டருக்கு அவரோட ஹெல்த்தைப் பத்தி நல்லாவே தெரியும்... அவர் தீர்மானமா அடிச்சு சொல்றார். ‘இரத்தக் குழாய் வெடிப்புங்கறது இதய நோய் உள்ளவங்களுக்குத்தான் சாத்தியம். எஃகு மாதிரி இருதயம் படைச்ச உங்க கணவர்க்கு அது சாத்தியமே இல்லைன்னு’ சொல்றார்”

“உங்க டாக்டர் யார்...?”

“பாலசுப்பிரமணியன். அவர் ஒரு கார்டியாலஜிஸ்ட் கூட”

“உங்க ஹஸ்பெண்ட் முரளிதரனுக்கு என்ன ஏஜ்?”

“இருபத்தெட்டு...”

“அவர் என்ன ஆராய்ச்சிக்காக... கல்லல் கிராமத்துக்குப் போனார்?”

“அவர் எம்.ஏ. படிச்ச ஹிஸ்டரி புரபஸர்... எம்.ஏ-வுக்கு மேலே ஏதாவது ஒரு துறையிலே பி.ஹெச்டி. பண்ண விரும்பினார். தமிழ்நாட்ல ரொம்ப காலம் தங்கியிருந்த ஆங்கிலேய துரைகளைப் பத்தி ஆராய்ச்சி செய்ய முடிவு பண்ணி, அதுபத்தின விபரங்களை சேகரிக்க ஆரம்பிச்சார். சேகரிச்ச தகவல்கள்படி ஆங்கிலேய துரைகள் வாழ்ந்த கிராமங்களுக்கு போய் தங்கி கட்டுரைகளை ப்ரிப்பேர் பண்ணிட்டு வந்தார். கடைசியாக மூணு மாசத்துக்கு முன்னாடி... கல்லல் கிராமத்துக்குப் போய் ‘குரங்குதுரை’ வாழ்ந்த அந்த பழைய பங்களாவில் ஒரு வாரம் தங்கியிருந்தப்பத்தான் செத்துப் போயிருக்கார்...”

நிஜந்தனுக்கு லேசாய் சுவாரசியம் தட்டியது.

“குரங்குதுரைங்கிறது... அங்கே வாழ்ந்த ஆங்கிலேயனோட ‘கேலிப் பெயர்’ இல்லையா...?”

“ஆமா... ஸார்... அந்த ஆங்கிலேய துரையோட முகம் ஒரு குரங்கைப் பார்க்கிற மாதிரியே இருக்குமாம்... அதனாலதான் அந்த பகுதி ஜனங்க... அவரை ‘குரங்குதுரை’ன்னே கூப்பிட்டு வந்திருக்காங்க...”

“உங்க கணவர் ஆராய்ச்சிக்காக தனியா போனாரா? இல்லே கூட யாரையாவது கூட்டிக்கிட்டு போனாரா...”

“அவர் தனியாத்தான் போனார்... அவர்க்குன்னு அஸிஸ்டெண்ட்ஸ் யாருமில்லை...”

“அவர் மேற்கொண்ட ஆராய்ச்சியில எகானமிக்கல் வேல்யூ ஏதாவது இருந்ததா...?”

“நீங்க கேக்கிற கேள்வி எனக்கு புரியலை...”

“அதாவது... அந்த ஆராய்ச்சி... ஏதாவது புதையல், நகைகளை தேடற மாதிரியான முயற்சியா...?”

“நோ... நோ... இது ப்யூர்லி ஒரு எஜுகேஷனல் ரிசர்ச்... தமிழ்நாட்டில் வாழ்ந்த ஆங்கில துரைகளைப்பத்தி ஒரு ‘தீஸிஸ்’ எழுதி அதை யூனிவர்சிட்டியில் சப்மிட் பண்ணினா... டாக்டரேட் பட்டம் கிடைக்கும். அதன் மூலமா இன்க்ரிமெண்ட்டும், பிரமோஷன் சான்ஸ்ஸும் உண்டுங்கிற ஒரே காரணத்துக்காகத்தான் இந்த ஆராய்ச்சியை அவர் எடுத்துக்கிட்டார்.”

“நீங்க சொல்றதைப் பார்த்தா இது ஒரு சாதாரண ஆராய்ச்சியா?”

“ஆமா...”

“இந்த ஆராய்ச்சிக்கு யாராவது எதிர்ப்பு தெரிவிச்சாங்களா?”

“இல்லே...”

“உங்க கணவர் இறந்ததுமே... கல்லல் கிராமத்துக்கு போனீங்களா?”

“போனேன்...”

“ஜனங்க அந்த மரணத்தைப்பத்தி என்ன பேசிக்கிட்டாங்க...?”

“குரங்குதுரையோட ஆவிதான்... என் கணவரை அடிச்சிருக்கும்ன்னு பேசிகிட்டாங்க...”

“குரங்குதுரையோட ஆவியா...?”

“எஸ்... நாப்பது வருஷங்களுக்கு முன்னாடி இறந்து போன... குரங்குதுரையோட ஆவி இன்னமும் அந்த பங்களாவில் இருக்கிறதா... கிராமத்து ஜனங்க நம்பறாங்க...”

“ரிடிகுலஸ்...”

“கேலிக்கூத்துதான்... ஆனா அந்த கிராமத்துல ஜனங்க அதிதீவிரமா நம்பறாங்க...”

“குரங்குதுரை பங்களா கிராமத்துக்கு நடுவுல இருக்கா?”

“இல்ல... கிராமத்திலிருந்து ரெண்டு கிலோமீட்டர் தள்ளி ஒரு கருவேலங்காட்டுக்கு... நடுவுல... இருக்கு. ரொம்பவும் சிதிலமான பங்களா... பகல் நேரத்துல மட்டும்தான் ஒரு வாட்ச்மேன் இருப்பான். சாயந்தரம் ஆறு மணியானா... பங்களாவை பூட்டிட்டு அவனும் கிராமத்துக்கு வந்துடுவான்...”

“அந்த பங்களா இப்போ யார்க்கு சொந்தம்...?”

“லண்டன்ல இருக்கிற குரங்குதுரையோட மனைவிக்குச் சொந்தம். வருஷத்துக்கு ஒரு தடவை... அந்த பங்களாவுக்கு வருவாளாம்... ரெண்டுமணி இருந்துட்டுப் போயிடுவாளாம்...”

நிஜந்தன் நாற்காலியினின்றும் எழுந்து மெல்ல நடைபோட்டான். ஆட்காட்டி விரலால் நெற்றியைக் கீறியபடி கேட்டான்.

“குரங்குதுரையோட ஆவியைப்பத்தி போலீஸ் என்ன நினைக்கிறாங்க...?”

“அது கிராம மக்களோட கட்டுக்கதைன்னு சொன்னாங்க... என் கணவரின் மரணம் இயற்கையானது.... அவருக்கு ஏதாவது இதயக்கோளாறு இருந்திருக்கலாம்ங்கிறது போலீஸாரோட எண்ணம்...”

“ஆனா, நீங்க நினைக்கிறது... அது இயற்கையான மரணமும் இல்லை. குரங்குதுரையோட ஆவி அடிச்சதுனால ஏற்பட்ட மரணமும் இல்லை. யாரோ அவரை கொலை பண்ணியிருக்காங்க...சரியா...?”

“ஆமாம்...”

“உங்க கணவர் முரளிதரன் அந்த சிதிலமான பங்களாவில் தனியாத்தான்... தங்கியிருந்திருக்கார்... இல்லையா...?”

"ஆமாம்..."

"பங்களாவில் எங்கே தங்கியிருந்தார்...?"

"ஹாலையொட்டின மாதிரி இருந்த ரூம்ல..."

"அவர் தங்கின எத்தனையாவது நாள்ல இறந்து கிடந்தார்..."

"எட்டாவது நாள்ல..."

"ஏழு நாளும் அங்கேயேதான் இருந்திருக்கார்?"

"ஆமா..."

"சாப்பாடு?"

"கையோடு அவரே ஸ்டவ்... மண்ணெண்ணை... மளிகை சாமானெல்லாம் கொண்டுபோய் தானே சமைச்சு சாப்பிட்டுகிட்டார்..."

"அவருக்கு உதவியா நீங்க போயிருக்கலாமே! நீங்க ஏன் போகலை...?"

"நான் வர்றேன்னு சொன்னேன். அவர்தான் வேண்டாம்ன்னுட்டார்"

"உங்களுக்கு கல்யாணமாகி எத்தனை வருஷமாச்சு?"

"ரெண்டு வருஷம்..."

"லவ்... ஆர்... அரென்ஜ்ட்...?"

"அரென்ஜ்ட் மேரேஜ்..."

"கல்யாணத்துக்கு யாரும் எதிர்ப்பில்லையே?"

"இல்லை..."

"உங்களுக்கு குழந்தைங்க...?"

"இல்லை..."

அரை நிமிஷ நேரம் மௌனமாய் நடைபோட்டான் நிஜந்தன். பின் நின்று மாதுரியை ஏறிட்டான்.

"உங்க கணவர் கொலைதான் செய்யப்பட்டிருப்பார்ன்னு உறுதியா நம்பறீங்களா...?"

"ஆமா..."

"அதுக்கு ஏதாவது ஒரு சாட்சியத்தை கொடுக்க முடியுமா...?"

"நீங்க இந்தக் கேள்வியை கேப்பீங்கன்னு எனக்குத் தெரியும்... நான் சாட்சியத்தைக் குடுத்தா...இந்தக் கேஸை நீங்க டீல் பண்ணுவீங்களா...?"

"சாட்சியம் நம்பறமாதிரி இருக்கணும்..."

"இருக்கு..."

"என்ன சாட்சியம்...?"

மாதுரி தன் கையில் வைத்திருந்த டம்பப்பையைத் திறந்து, ஒரு வெள்ளை கவரை எடுத்து நிஜந்தனிடம் நீட்டினாள்.

"பிரிச்சு பாருங்க..."

நிஜந்தன் கவரில் இருந்த லெட்டரை எடுத்து பிரித்தான். நெற்றியில் ஆச்சர்யமும், கண்களில் அதிர்ச்சியும் முகாம் அடித்தன.

அவனுடைய கிரிமினல் மூளைக்கும் - போலீஸ் துறைக்கே - உரித்தான லேசர் – பார்வைக்கும்,

கடிதத்தில் எழுதப்பட்டிருந்த ரெண்டு வரிகள் - ரத்தத்தால் எழுதப்பட்டவை என்பது சட்டென்று புரிந்தது.

கடித வரிகளின் மேல் பார்வை குத்தியதும் உடம்பின் மொத்த நரம்பு மண்டலமும் அதிர்ச்சிக்குப் போயிற்று.

உனக்காக ஒரு மலர் வளையம் தயாராகிறது.

உனக்கு என்னுடைய அட்வான்ஸ் அஞ்சலி.

2

"இந்த லெட்டர் உங்களுக்கு எப்படி கிடைச்சுது...?" நிஜந்தனின் கண்களில் அதிர்ச்சி தீர்க்கமாய் உறைந்து போயிருந்தது.

"வீட்ல அவர் சின்னதா ஒரு லைப்ரரி வெச்சிருந்தார். மூணு மாச காலமா சுத்தம் பண்ணாமே இருந்த அந்த லைப்ரரியை நேத்துதான் சுத்தம் பண்ணினேன். ஷெல்ப்பில் இருந்த புத்தகங்களை அடுக்கி வெச்சிட்டிருந்தப்ப... ஒரு புத்தகம் தவறி கீழே விழுந்தது. அந்தப் புத்தகத்துல இந்த லெட்டர் இருந்தது."

"இந்த வெள்ளைக் கவரோடு இருந்ததா...?"

"இல்ல... லெட்டர் மட்டும்தான் இருந்தது. லெட்டரை பத்திரமா கொண்டு வர்றதுக்காக நான்தான் வெள்ளைக் கவர்ல போட்டு கொண்டு வந்தேன்..."

"லைப்ரரியில இருக்கிற புஸ்தகமெல்லாம் அவருடையதுதானே?"

"ஆமா..."

"இந்த லெட்டர் இருந்த புஸ்தகம் அவரோடதுதானான்னு பார்த்தீங்களா?"

"பார்த்தேன். அவரோடதுதான்..."

"அட்வான்ஸ் அஞ்சலின்னு போட்டிருக்கிறதுனால... இந்த லெட்டர் மூணு மாசத்துக்கு முந்தியே அவருக்கு வந்திருக்கணும், உங்க கணவர் இதை படிச்சுட்டு லெட்டரோட வாசகங்களைப் பொருட்படுத்தாமே... புஸ்தகத்துக்குள்ளே வெச்சிருக்கணும்... இல்லையா...?"

"நானும் அப்படித்தான் நினைக்கிறேன்..."

"உங்க கணவரோட கேஸை டீல் பண்ணின இன்ஸ்பெக்டருக்கு போன் பண்ணி இந்த லெட்டரைப் பத்தி சொன்னீங்களா?"

"சொன்னேன்"

"அவர் என்ன சொன்னார்...?"

"கோபப்பட்டார். லெட்டர்ல என் கணவரோட பேர் இருக்கான்னு கேட்டார். நான் இல்லேன்னு சொன்னதுமே சத்தம் போட்டார். அந்த லெட்டரை கொண்டு வந்து கேஸைக் குழப்பாதே... அது வேற யாருக்காவது வந்த லெட்டராகக்கூட இருக்கலாம்... உன்னோட கணவர் இறந்தது இயற்கையான மரணம்தான்னு... டாக்டர்ஸ் பி.எம். ரிப்போர்ட்ல தெளிவா சொன்ன பிறகு - திரும்பத் திரும்ப ஏதாவது ஒரு காரணத்தை சொல்லிட்டிருக்காதே...அந்த லெட்டரைக் கிழிச்சிப் போட்டுட்டு வேற வேலை ஏதாவது இருந்தா பார்ன்னு சொல்லிட்டார்..."

"அந்த இன்ஸ்பெக்டர் பேரென்ன...?"

"பீட்டர் இன்பராஜ்..."

"கல்லல் பீட்தானே...?"

"ஆமா..."

"போன் நெம்பர் என்ன?..."

மாதுரி போன் நெம்பரைச் சொன்னதும் - நிஜந்தன் ஸ்வேதாவிடம் திரும்பினான். "ஸ்வேதா ஒரு அர்ஜென்ட் கால் புக் பண்ணு... பி.பி கால் பீட்டர் இன்பராஜ்..."

ஸ்வேதா சுவரோரமாய் இருந்த டெலிபோனை நெருங்கி - ரிஸீவரை கையில் எடுத்து ட்ரங்க் புக்கிங்கை தொடர்பு கொண்டாள்.

நிஜந்தன் தன் கையிலிருந்த லெட்டரை மறுபடியும் பார்த்தான். ரத்தத்தில் எப்போதோ எழுதப்பட்ட எழுத்துக்கள் - மண் நிறத்தில் பொருக்கு கட்டி தெரிந்தன. குச்சியால் ரத்தத்தைத் தொட்டு எழுதியிருந்ததால் எழுத்துக்கள் கோணல் மாணலாய் இழுபட்டிருந்தன. நிஜந்தன் மாதுரியிடம் திரும்பினான்.

"இந்த லெட்டர் எந்த புஸ்தகத்துல இருந்தது...?"

“தி எபிசோட்ஸ் ஆஃப் ஸிந்து வேலீஸ்... என்கிற ஒரு தடிமனான புஸ்தகத்துக்குள்ளே இருந்தது”

“உங்க கணவர் தன்னோட லைப்ரரி புத்தகங்களை மற்ற புரபசர்களுக்கு இரவல் குடுக்கிற பழக்கம் உண்டா...?”

“இல்லை...”

“நெருங்கின ஃப்ரண்ட்ஸ்களுக்குக்கூட குடுக்கமாட்டாரா?”

“மாட்டார்... அவரைப் பொறுத்த வரைக்கும் புத்தகங்கள்ங்கிறது குழந்தைகள் மாதிரி... யாருக்கும் இரவல் குடுக்கமாட்டார். இவரும் இரவல் வாங்க மாட்டார்...”

“இந்த லெட்டர்ல இருக்கற எழுத்துக்களை இதுக்கு முன்னாடி நீங்க எங்கேயாவது...”

“இல்லை...”

ஸ்வேதா சமையலறைக்குப் போய், கப் அண்ட் சாஸர்களில் டீயோடு திரும்புவதற்குள் - டெலிபோன் கூப்பிட்டது.

நிஜந்தன் போய் ரிஸீவரை எடுத்தான்.

“ட்ரங்க் சர்வீஸ்... மிஸ்டர் நிஜந்தன்...”

“எஸ்...”

“கல்லல் வில்லேஜிலிருந்து போன்... பேசுங்க...”

“ஹலோ” என்றான் நிஜந்தன்.

“பீட்டர் இன்பராஜ் ஸ்பீக்கிங்...”

“வாட்ஸ் த மேட்டர் ஸார்...?”

“மூணு மாசத்துக்கு முன்னால உங்க கிராமத்தில் இருக்கிற குரங்குதுரை பங்களாவில்... ஒரு ஹிஸ்டரி ப்ரொபஸர்... இறந்து போனாரே, அதைப்பத்தி உங்ககிட்ட கொஞ்சம் பேசணும்...”

“யூ மீன்... முரளிதரன்...?”

“எஸ்...”

“என்ன பேசணும் ஸார்...?”

“அவரோட டெத்தைப் பத்தி பி.எம். ரிப்போர்ட் என்ன?”

“ஹார்ட்டுக்கு போகிற ஒரு ப்ளட் வெஸல் வெடிச்சு... உடனடி மரணம் ஸார்...”

“ஸோ... நேச்சுரல் டெத்...”

“ஆமா... ஸார்...”

“குரங்குதுரை பங்களாவில் ஏதோ... ஆவி... பேய் இருக்கிறதாக... அந்த கிராமத்து ஜனங்க பேசிக்கறாங்களாமே... அது உண்மையா...?”

“அப்படி ஒரு ‘டாக்’ ரொம்ப வருஷமாவே இந்த கிராமத்துல இருக்கு ஸார்-முரளிதரனோட சாவுக்கு அந்த ஆவிதான் காரணம்ன்னு இந்த ஜனங்க இன்னமும் பேசிகிட்டிருக்காங்க...”

“முரளிதரன் கொலை செய்யப்பட்டிருக்கலாம்ன்னு... அவரோட மிஸஸ் மாதுரி சொல்றாங்களே...?”

“அவங்க ஸ்டேட்மெண்ட் தப்பு ஸார். முரளிதரனோட டெத் ‘நேச்சுரல் டெத்’ன்னு பி.எம். ரிப்போர்ட் க்ளீயரா சொல்லியிருக்கு. பாடியில் பாய்சனிங் இண்டிகேஷனோ... நைஃப் ஸ்டேப்பிங்கோ... கிடையாது. உடம்பில் ஒரு சின்ன நகக்கீறல்கூட இல்லை... டெத் காஸ்டு பை ப்ளட் வெஸல் பர்ஸ்டிங்...”

“இட்ஸ் ஓ.கே...! முரளிதரனின் லைப்ரரி புக்குக்குள்ளே ரத்தத்தாலே ரெண்டு வரி எழுதப்பட்ட ஒரு லெட்டர் கிடைச்சிருக்கே...”

“அந்த ‘அட்வான்ஸ் அஞ்சலி’ லெட்டர்தானே ஸார்?”

“ஆமா...”

“அது அவருக்காக எழுதப்பட்ட லெட்டர்தான்னு... நாம எப்படி ஸார் எடுத்துக்க முடியும்?”

“மிஸ்டர் இன்ஸ்பெக்டர்! அவரோட புத்தகத்தில் இருக்கிற லெட்டர் அவருக்குத்தானே வந்திருக்க முடியும்...! மோர் ஓவர்... அந்த லெட்டர்ல இருக்கிற வாசகங்களை... வீ கான்ட் இக்னோர்... ரெண்டே வரிகளானாலும் அதிலிருக்கிற வக்கிரம்... கோபம்... அதிகம். அந்த வரிகளை கொஞ்சம் அசைபோட்டு பாருங்க... ‘உனக்காக ஒரு மலர்வளையம் தயாராகிறது. உனக்கு என்னுடைய அட்வான்ஸ் அஞ்சலி’ இந்த லெட்டர் முரளிதரனுக்குத்தான் வந்திருக்கணும்ங்கிறதுல என்ன சந்தேகம்...?”

“ஸார்! முரளிதரனோட மரணத்தில் ஏதாவது சந்தேகம் எழுந்தாத்தான்... அந்த லெட்டரை நாம கன்சிடர் பண்ண முடியும். நான் டாக்டர்ஸ் குடுத்த பி.எம். ரிப்போர்ட்டை வெச்சுத்தான் கேஸ்ஃபைலை க்ளோஸ் பண்ணியிருக்கேன்... இந்த கேஸை நான் ஃபர்தரா டீல் பண்ணனும்ன்னா... எனக்கு மேலிடத்திலிருந்து தகவல் வரணும் ஸார்”

“நான் ஏற்பாடு பண்றேன்...”

ரிஸீவரை வைத்த நிஜந்தன், மாதுரியை ஏறிட்டான். “இந்தக் கேஸை மறுபடியும் கிளறி உண்மைகளை கொண்டு வரவேண்டியது என்னோட வேலை...”

3

டி.ஜி.பி. விக்னேஷ்வர் தன் அறைக்குள் நுழைந்து சல்யூட் செய்த, நிஜந்தனுக்கு எதிரே இருந்த நாற்காலியைக் காட்டினார்.

நிஜந்தன் உட்கார்ந்ததும் தன் மேஜையின் இழுப்பறையைத் திறந்து, ஒரு பழுப்பு நிற கவரை எடுத்து அதற்குள் இருந்த ஃபாரன்ஸிக் ரிப்போர்ட்டை உருவினார்.

“மிஸ்டர் நிஜந்தன். நேத்திக்கு நீங்க கொண்டுவந்து குடுத்த... ரத்தத்திலே எழுதப்பட்ட லெட்டரை... ஃபாரன்ஸிக் லேப்புக்கு அனுப்பி, ரிப்போர்ட் வாங்கிட்டேன்.”

“ரிப்போர்ட் என்ன சொல்லுது ஸார்...?”

“குழப்பமான ரிசல்ட்...! முரளிதரன் இறந்தது எப்போ?”

“மூணு மாசத்துக்கு முன்னாடி ஸார்...”

“அதாவது தொண்ணூறு நாட்களுக்கு முன்னாடி...?”

“ஆமா... ஸார்...”

“அப்படீன்னா இந்த லெட்டர் அவரோட மரணத்துக்கு முன்னாடி தானே எழுதப்பட்டிருக்கணும்...?”

ஆமா... ஸார்...”

“ஆனா... ஃபாரன்ஸிக் ரிப்போர்ட் வேற மாதிரியான தகவலைச் சொல்லுது... இந்த ரத்த லெட்டர் எழுதப்பட்டு ஒரு மாசம்தான் ஆகியிருக்கு...”

நிஜந்தன் திடுக்கிட்டான்.

"ஒரு மாசா...?"

"எஸ்... தர்ட்டி டேஸ்...! முரளிதரன் இறந்து ரெண்டு மாசம் கழிச்சு... இந்த ரத்த லெட்டர் அவரோட புத்தகத்துக்குள்ளே வைக்கப்பட்டிருக்கு. ரத்த எழுத்துக்களை சோதனைக்கு உட்படுத்தினதில், அந்த ரத்தம் ஒரு பிராணியோட ரத்தம்தான் என்கிற உண்மையும்... அதுவும் ஒரு மாதத்திற்கு முன்பு உபயோகப்படுத்தப்பட்ட ரத்தம்ங்கிறதும் தீர்க்கமா தெளிவாயிருக்கு. ரிப்போர்ட்டை படிச்சுப் பாருங்க நிஜந்தன்..."

நிஜந்தன் ரிப்போர்ட்டைப் படித்துப் பார்த்துவிட்டு குழப்பமாய் நெற்றியைக் கீறிக் கொண்டான்.

"முரளிதரன் இறந்த ரெண்டு மாசத்துக்கப்புறம்... இந்த லெட்டர் எழுதப்பட்டிருந்தா... லெட்டர்ல இருக்கிற வாசகங்களுக்கு அர்த்தமே இல்லை ஸார்..."

"அப்படீன்னா இந்த லெட்டர். வேறு யாருக்காவது எழுதப்பட்டிருக்கணும்ன்னு நினைக்கிறீங்களா நிஜந்தன்...?"

"மே... பி... ஸார்"

"யாருக்குன்னு நினைக்கிறீங்க...?"

"முரளிதரனோட மனைவி மாதுரிக்கே கூட எழுதப்பட்டிருக்கலாம்..."

"இந்த லெட்டர் சம்பந்தமான என்கொய்ரியை நீங்களே டீல் பண்ணி ஒரு முடிவுக்கு கொண்டு வந்துடுங்களேன்..."

"எஸ்... ஸார்..."

நிஜந்தன் எழுந்தான். அட்டென்ஷனுக்கு வந்து சல்யூட் ஒன்றை உதிர்த்திவிட்டு வேகமாய் வெளியேறினான்.

4

காலிங் பெல் அலறும் சத்தம் கேட்டு கதவைத் திறந்த மாதுரி, வாசற்படியில் நிஜந்தன் நின்றிருப்பதைப் பார்த்ததும் சின்னதாய் புன்னகைத்து "வாங்க! நானே உங்களுக்குப் போன் பண்ணலாம்னு இருந்தேன்" என்றாள்.

"எதுக்கு...?" கேட்டுக்கொண்டே உள்ளே போனான் நிஜந்தன்.

"அந்த லெட்டர் விஷயமா... டி.ஜி.பி. என்ன நடவடிக்கை எடுத்திருக்கார்ன்னு தெரிஞ்சுக்கத்தான்..."

"அதைப்பத்தி பேசத்தான் வந்திருக்கேன்"

"உட்காருங்க..."

மாதுரி சோபாவைக் காட்டிவிட்டு எதிரேயிருந்த நாற்காலியில் சாய்ந்தாள்.

"உங்க கணவர் இறந்த பின்னாடி இந்த வீட்ல உங்களுக்கு துணையா இருக்கிறது... உங்க மதர் மட்டும்தானே...?"

"ஆமா..."

"அவங்க இப்போ எங்கே...?"

"கோயிலுக்குப் போயிருக்காங்க..."

"வீட்ல உங்களையும் உங்க மதரையும் தவிர வேற யார் யார் இருக்காங்க...?"

"ஒரு வேலைக்காரி... அவளும் இப்போ மார்க்கெட் போயிருக்கா..."

“இந்த அட்வான்ஸ் அஞ்சலி லெட்டரைப் பத்தி... ஒரு சின்னக் குழப்பம்... ஃபாரன்ஸிக் ரிப்போர்ட்ல ஒரு உண்மை வெளியாகியிருக்கு...”

“உண்மையா?”

“எஸ்... உங்க கணவர் இறந்தது மூணுமாசத்துக்கு முந்தி, ஆனா இந்த லெட்டர் எழுதப்பட்டு ஒரு மாசம்தான் ஆச்சு... பிராணியோட ரத்தத்தை உபயோகப்படுத்தி ரெண்டு வரியை எழுதியிருக்காங்க... ரத்த வரிகளை டைலூட் பண்ணிப் பார்த்ததில் இந்த உண்மை கிடைச்சிருக்கு...?”

“அப்படீன்னா இந்த லெட்டர்...?”

“உங்க கணவருக்கு வந்திருக்க முடியாது...”

“அவருக்கு வரலைன்னா இந்த லெட்டர் எப்படி அவரோட லைப்ரரி புத்தகத்துல இருக்கும்...? ஃபாரன்ஸிக் ரிப்போர்ட்ல தப்பு இருக்கு...”

“ரிப்போர்ட்ல தப்பு வர வாய்ப்பே இல்லை... உறைந்து போன ரத்தக்கறைகளை வெச்சு... அது எத்தனை நாளைக்கு முன்னால் சிந்தப்பட்டது... அது மனித ரத்தமா பிராணிகள் ரத்தமாங்கிறதை சுலபமா கண்டுபிடிக்கலாம்... ‘அட்வான்ஸ் அஞ்சலி’ லெட்டர்ல இருக்கிற ரத்தம் சரியா 29 நாட்களுக்கு முன்னாடி சிந்தப்பட்டதுன்னு... ஃபாரன்ஸிக் ரிப்போர்ட் தெளிவா சொல்லுது...”

மாதுரியின் கண்களில் நீர் நிரம்பியது. “ஸார்! என் கணவர் யாருக்கும் எந்த தீங்கையும் நினைக்காதவர். அவரோட மரணம் உங்க போலீஸ் டிபார்ட்மெண்ட்டுக்கு சாதாரணமா தெரியலாம். போஸ்ட் மார்ட்டம் ரிப்போர்ட்டும், ஃபாரன்ஸிக் ரிப்போர்ட்டும்... அவரோட மரணத்துக்கு முக்கியத்துவம் குடுக்காமே இருக்கலாம்... ஆனா... என்னோட உள் மனசுக்கு படறதெல்லாம் இதுதான். என்னோட கணவர் யாராலோ... எதுக்காகவோ... சாகடிக்கப்பட்டிருக்கார். அவரோட மரணத்துக்கு முதலிலேயே அஞ்சலி தெரிவிக்கப்பட்டிருந்திருக்கு... அது ஒரு அப்பட்டமான கொலை...”

நிஜந்தன் எழுந்தான். “உங்க கணவர் கொலை செய்யப்பட்டாரா...? இல்லை... இயற்கையான முறையில மரணமடைந்தாரா என்கிறதை இன்னும் ஒரு வாரத்துல சொல்றேன்...”

“எப்படி ஸார்...?”

“உத்யோகத்துக்கு ஒரு வாரம் லீவு போட்டுட்டு... அன்அஃபிஷியலா... ஒரு ஹிஸ்டரி புரபசர் மாதிரி... அந்த கல்லல் கிராமத்துக்குப் போய் குரங்குதுரை பங்களாவில தனியா தங்கியிருந்து... இந்த கேஸை டீல் பண்ணப் போறேன்...”

மாதுரியின் விழிகள் திகிலில் விரிந்தன.

“நீங்க அந்த பங்களாவில் தனியா தங்கப் போறீங்களா?”

“எஸ்...”

“இதை... உங்க சிஸ்டர் ஸ்வேதாகிட்டே சொல்லிட்டீங்களா?”

“காலையிலேயே சொல்லிட்டேன்... அவ பச்சைக்கொடி காட்டிட்டா”

“உங்களாலே தனியா... இந்த கேஸை?”

“டீல் பண்ணித்தான் ஆகணும்... வேற வழியில்லை... டிபார்ட்மெண்ட்டை பொறுத்தவரைக்கும் இது முடிஞ்சுபோன கேஸ்... இந்த கேஸுக்கு உயிரூட்டனும்ன்னா நிறைய பார்மாலிடீஸ் வேணும்... அதுக்கெல்லாம் அவகாசமில்லை. முண்டாசைக் கட்டிக்கிட்டு களத்துல நானே இறங்கிட வேண்டியதுதான்...”

“கல்லல் கிராமத்துக்கு என்னிக்குப் போகப்போறீங்க?”

“இன்னும் ரெண்டு நாள்ல...”

5

கல்லல் ரயில்வே ஸ்டேஷனில் அந்த பாஸஞ்சர் வண்டி நீராவியைக் கக்கிக்கொண்டு நின்றபோது காலை பதினோரு மணி.

ரோலர் சூட்கேஸோடு – மணல் பரப்பப்பட்டிருந்த பிளாட்பாரத்தில் இறங்கி நின்றான் நிஜந்தன். கிராமத்து சூரியன் பிடரியில் உறைத்தான். மேல் சட்டைப் பாக்கெட்டில் சொருகி வைத்திருந்த – குளிர் கண்ணாடியை எடுத்து கண்களுக்கு கொடுத்தான். பின் வெறிச்சோடிக் கிடந்த பிளாட்பாரத்தில் நடக்க ஆரம்பித்தான்.

இருபதடி நடந்திருப்பான்.

பின்பக்கம் ஒரு பெண்ணின் குரல் கேட்டது.

“ஏஞ்சாமி...!”

நிஜந்தன் திரும்பினான்.

அந்த இளம்பெண் நின்றிருந்தாள். இடதுகையில் அரிவாள். வலதுகையில் ஒரு இளநீர்.

“பொசுக்கிற வெய்யிலுக்கு இளநீர் குடிக்கறீயளா?”

“வேண்டாம்...”

சொல்லிவிட்டு திரும்ப முயன்றவனை மறுபடியும் பேச்சில் நிறுத்தினாள். “ஏஞ்சாமி! வேண்டாங்கறீங்க...! கல்லல் கிராமத்து இளநீன்னா காரைக்குடி சீமை பூராவும் பெரசித்தம். கல்கண்டை கரைச்சாப்பல இனிக்கும்... ரெண்டுமிடக்கு தொண்டையில எறங்கினா தாகம், ஒடம்பு களைப்பு எல்லாம் போயிரும். சீவித் தாரேன்... குடிங்க சாமி... விலை ஒத்த ரூபாதான்...”

அவளுடைய கிராமிய பேச்சை ரசித்தவன் “சரி... சீவு...” என்றான். உடனே அவள் தன் கறுப்பு முகத்தில் வெள்ளையாய் பல்வரிசையைக் காட்டிக்கொண்டே இடது கையில் வைத்திருந்த அரிவாளால் - வலது கையில் வைத்திருந்த இளநீயை லாவகமாய் ‘சக் சக்’ என்று சீவ ஆரம்பித்தாள்.

‘என்ன ஒரு லாவகம்...?’

‘இந்த இளநீரை வெட்டும் கலைக்காகவே... இவளை கின்னஸ் புத்தகம் வரைக்கும் கொண்டு போலாமே...?’

“ஏஞ்சாமீ...!”

“ம்...”

“இந்த கெராமத்துல ஒறவுக்காரங்க யாரு இருக்காக...?”

“உறவுக்காரங்க யாருமில்ல...”

“பின்னே... இந்த கெராமத்துல யார பாக்க வந்தீக? நீங்க எங்கிட்டு போவணும்...?”

“குரங்குதுரை பங்களாவுக்கு...”

இளநீர் வெட்டும் கை சட்டென்று நின்றது. கலவரக் கண்களோடு அவனை ஏறிட்டாள்.

“என்னசாமி சொன்னீங்க...? கொரங்கு தொர பங்களாவா...?”

“ஆமா...”

“அங்கிட்டு யார பாக்கப் போறீக...?”

“ஆராய்ச்சி பண்ணப் போறேன்”

“ஆராய்ச்சியா...? அப்படீன்னா...?”

“உனக்கு புரியாது...”

அவள் சீவிய இளநீரை நீட்டினாள். கைகளில் லேசாய் நடுக்கம் இருப்பதை உணர்ந்தான். “உனக்கு ஏதாவது அதைப் பத்தி தெரியுமா?”

“எ... எ... எனக்கொண்ணும் தெரியாது சாமீ...”

அரை நிமிஷ நேரத்துக்கு முன்னால் அவளிடமிருந்த துள்ளல் உரத்த பேச்சு... எல்லாமே... இப்போது காணாமல் போயிருந்தது.

இளநீரை ஒரே மூச்சில் குடித்துவிட்டு இரண்டு ரூபாய் தாளை எடுத்து நீட்டினான் நிஜந்தன்.

"சில்லறை இல்லீங்களே சாமி..."

"பரவாயில்ல வெச்சுக்க...! இந்த கிராமத்துக்கு பஞ்சாயத்து தலைவரு யாரு...?"

"பெத்தராஜு... அய்யா..."

"கிராமத்துல அவருக்கு வீடு எங்கே...?"

"ஊடு ஊரணிக் கரையில... நீங்க இப்ப அங்கிட்டுத்தான் போவணுமா...?"

"ஆமா..."

"இங்கிட்டிருந்து அவுகவூடு... ஒரு கல்லு தூரம் இருக்கும்... டேசனுக்கு வெளியே குதிர வண்டி இருக்கும்... அதுல போயிடுங்க சாமி" சொல்லிக்கொண்டே அரிவாளை இடுப்பில் அலட்சியமாய் சொருகிக்கொண்டு கொஞ்சம் தொலைவில் வைத்திருந்த இளநீர் கூடையை நோக்கிப் போனாள்.

நிஜந்தன் ரோலர் சூட்கேஸை உருட்டிக்கொண்டு வெளியே வந்தான். கையில் சாட்டைச் குச்சியோடு - நோஞ்சான் வண்டிக்காரன் ஒருவன் ஆஸ்துமா இருமலோடு கேட்டான்.

"ஸார்! வண்டி வேணுங்களா...?"

"பஞ்சாயத்து தலைவர் பெத்தராஜு வீட்டுக்குப் போகணும்..."

"போலாம்... ஸார்..."

இருவரும் நகர்ந்தார்கள்.

டிக்கெட் கௌண்டர் அருகே மூட்டை முடிச்சுகளோடு உட்கார்ந்திருந்த ஒரு கிராமத்துப் பெண் ரோலர் சூட்கேஸைப் பார்த்துவிட்டு - குடுமி வைத்த கணவனிடம் வியப்பைக் கொண்டாடினாள்.

"இதப் பாருங்க... சக்கரம் வெச்ச ட்ரங்க் பொட்டி... நடவண்டி மாதிரி எவ்வளவு சுளுவா போவுது...?"

"யாரோ பட்டணத்துக்காரங்க...போலிருக்கு..."

“கண்ணாடியை போட்டுக்கிட்டு... பாக்கறதுக்கு ரசினி மாதிரியில்ல...”

“ரசினி கறுப்பு... இந்த ஆளு செவப்பால்ல இருக்கார்...”

“அட... விவரங்கெட்ட மனுஷா...! ஒரு ஒப்புக்கு சொன்னேன்...”

அந்த உரையாடலை புன்னகையோடு கேட்டுக்கொண்டே வண்டிக்குள் சூட்கேஸைத் திணித்துவிட்டு நிஜந்தன் ஏறி உட்கார்ந்தான்.

நோஞ்சான் குதிரை மெல்ல நடைபோட்டது. சரளைக்கல் ரோடு வந்ததும் வேகம் எடுத்தது.

கிராமம் அவ்வளவு செழிப்பாய் இல்லை. எதிர்ப்பட்ட ஒரு குளம் வறண்டுபோய் பாறை பாறையாய் தெரிந்தது. தென்னந்தோப்புகளில் பெரும்பாலான மரங்கள் பட்டுப்போயிருந்தது.

“ஏம்பா... ஊர்ல மழையே இல்லையா...?”

“ஊருக்குள்ளே போன ஆடிமாசம்... மழைத்துளி விழுந்ததுதாங்க அதுக்கப்புறம்... ஆகாசம் கறுக்கவேயில்லீங்க...”

குதிரை பதினைந்து நிமிஷம் ஓடி ஊரணிக் கரையை ஒட்டியிருந்த வீட்டுக்கு முன்னால் நின்றது.

“இதாங்க... பெரஸிடெண்ட் அய்யா வூடு...”

நிஜந்தன் வண்டியினின்றும் இறங்கும்போதே வாசலில், திண்ணையில் - வார இதழ் ஒன்றை புரட்டியபடி உட்கார்ந்திருந்த அந்த இளம் பெண் கண்ணில்பட்டாள். நடிகை சீதாவை நினைவுக்கு கொண்டு வரும் முகம்.

நிஜந்தன் வண்டிக்காரனுக்கு காசு கொடுத்துக் கொண்டிருக்கும்போதே அந்தப் பெண் உள்ளே எழுந்து ஓடினாள்.

“அப்பா! நம்ம வீட்டுக்கு யாரோ வந்திருக்காங்க...”

நிஜந்தன் சூட்கேஸோடு வாசற்படியை நெருங்கும்போது உள்ளேயிருந்து அந்தப் பெரியவர் எதிர்ப்பட்டார். கதர் வேஷ்டி, தொள தொள கதர் சர்ட், நெற்றியில் சந்தன பொட்டு. மூக்குக் கண்ணாடியைக் கழற்றி கையில் வைத்துக் கொண்டு நிஜந்தனை ஏறிட்டார்.

“தம்பி... யாரு?”

“வணக்கங்க! என் பேர் நிஜந்தன். மெட்ராஸிலிருந்து வர்றேன். நான் ஒரு ஹிஸ்டரி ப்ரொபஸர்...”

“உள்ளே வாங்க தம்பி...”

போனான் நிஜந்தன். ஈட்டி மர நாற்காலியொன்றைக் காட்டிவிட்டு எதிரே இருந்த சாய்வு நாற்காலியில் உட்கார்ந்தார் பஞ்சாயத்து தலைவர் பெத்தராஜ்.

“தாகத்துக்கு ஏதாவது...?”

“ஒண்ணும் வேண்டாங்க... இப்பத்தான் ஸ்டேஷன்ல இளநீர் சாப்பிட்டேன்...!”

“சரி... என்ன விஷயமா என்னை பார்க்க வந்திருக்கீங்கன்னு நான் தெரிஞ்சுக்கலாமா...?”

“நான் ஒரு ஹிஸ்டரி புரஃபஸர்...”

“சொன்னீங்க...”

“இந்த கிராமத்துல நூறு வருஷங்களுக்கு முன்னாடி கட்டப்பட்ட குரங்குதுரை பங்களான்னு ஒண்ணு இருக்காமே...? அதைப் பத்தின விபரங்களை தெரிஞ்சுட்டு போலாம்ன்னு...”

நிஜந்தன் அவருடைய முகத்தை உன்னிப்பாய் பார்த்துக்கொண்டு சொல்ல அவர் கண்களில் திடுக்கிடுவது தெரிந்தது. போட்டிருந்த மேல்துண்டால் முகத்தை, லேசாய் ஒற்றியபடி கேட்டார் அவர்.

“குரங்குதுரை பங்களாவைப் பத்தி உங்களுக்கு சொன்னது யாரு?”

நிஜந்தன் புன்னகைத்தான்.

“எனக்கு யாராவது சொல்லணுமா... என்ன...? நானே ஒரு ஹிஸ்டரி புரஃபஸர்... தமிழ்நாட்டில் இருந்த ஆங்கிலேய துரைகளைப் பத்தி ஒரு புஸ்தகம் படிச்சப்ப... அதுல இந்த குரங்குதுரையும் வர்றார்... குரங்குதுரையோட உண்மையான பேர் மெக்கன்ஸி. 1926-லிருந்து 1946 வரைக்கும்...இந்த கிராமத்துல தான் இருந்திருக்கார்”

“குரங்குதுரை இருந்த அந்த பங்களாவில் என்ன ஆராய்ச்சி பண்ணப் போறீங்க...?”

“ஆராய்ச்சின்னா... நீங்க நினைக்கிற மாதிரி புதைபொருள் ஆராய்ச்சி இல்லீங்க... சும்மா அந்த பங்களாவில் ஒரு வாரம் தங்கி

கட்டிட அமைப்பையும் - உள்ளே சுவர்கள்ல மாட்டப்பட்டிருக்கிற - போர்ட்ரெயிட்களையும் போட்டோ எடுத்து ஒரு பெரிய நோட் புக்ல ஒட்டி-அதை தீஸிஸா பிரிப்பேர் பண்ணி யூனிவர்ஸிடியில் சப்மிட் பண்ணினா... டாக்டரேட் பட்டம் கிடைக்கும்... உங்க அனுமதி இருந்தாத்தான்... அந்த பங்களாவில் தங்க முடியும்ன்னு சொன்னாங்க... அதான் உங்க பர்மிஷனுக்காக... இங்கே வந்தேன்..."

பெத்தராஜ் ஈஸிச்சேரில் நன்றாக சாய்ந்துகொண்டு - மெல்லிய குரலில் பேசினார். "தம்பி! நான் சொல்றேன்னு தப்பா நினைச்சுக்காதீங்க...! நீங்க சொல்ற அந்த குரங்குதுரை பங்களா இந்த காரைக்குடி சிவகெங்கை ஏரியாவில் பிரசித்தமானதுதான். நூறு வருஷத்துக்கு முன்னாடி கட்டின அந்த பங்களா பல இடங்கள்ல சிதைஞ்சு போயிருந்தாலும்... அதனோட கம்பீரம் குறையலை... ஆனா... அந்த பங்களாவைப் பத்தி கேள்விப்படற விஷயங்கள் கொஞ்சம் விபரீதமா இருக்கு... அந்த விஷயங்கள் நம்பற மாதிரியும் இருக்கு... நம்பாத மாதிரியும் இருக்கு..."

நிஜந்தன் சிரித்தான்.

"அந்த விஷயங்களை நானும் கேள்விப்பட்டேன். நாப்பது வருஷங்களுக்கு முன்னாடி செத்துப்போன குரங்குதுரையோட ஆவி இன்னமும் அந்த பங்களாவுக்குள்ளே ஆத்மா சாந்தியடையாத நிலைமையில் சுத்திட்டிருக்கிறதாகவும்... ராத்திரி நேரங்கள்ல அந்தப் பக்கமா போறவங்களை அந்த ஆவி அடிச்சி கொன்னுடறதாகவும்... ஜனங்க பேசிக்கிற விஷயங்களைத்தானே சொல்லப் போறீங்க...?"

"அந்த விஷயங்களையெல்லாம் கேள்விப்பட்டுமா... நீங்க... அந்த பங்களாவில் தங்க விரும்பறீங்க... தம்பி...?"

"கிராமத்து ஜனங்களைப் பத்தி எனக்கு நல்லாவே தெரியும்... காத்து, கறுப்பு, பேய், பிசாசுன்னு... சொல்லி தானும் பயந்து... மத்தவங்களையும் பயப்படுத்துறதுல ஒரு தனி சந்தோஷம்... அவங்களுக்கு விஞ்ஞானம் தலைதெறிக்க வளர்ந்துட்டு வர்ற இந்த நூற்றாண்டுல... ஆவி, பேய், பிசாசுன்னு... சொல்லி நம்மளை நாமே... முட்டாளாக்கி பார்த்துக்கிறோம்... குரங்குதுரையோட ஆவி அந்த பங்களாவுக்குள்ளே இருக்கிறதை... உங்க கிராமத்து ஜனங்கள்ல யார் யார் பார்த்திருக்காங்கன்னு சொல்ல முடியுமா...?"

“ரெண்டு மூணு பேர் பார்த்திருக்காங்க தம்பி...”

“பார்த்தவங்க... என்ன சொன்னாங்க...?”

“குரங்குதுரை உயிரோட இருந்த காலத்துல... ராத்திரி நேரங்கள்ல ரொம்ப நேரம் வரைக்கும் பியானோ வாசிப்பாராம்... அதேமாதிரி பியானோ வாசிக்கிற சத்தம் இப்பவும் கேட்குதாம். அதேமாதிரி குரங்குதுரைக்கு சாய்வு நாங்காலியில் சாய்ஞ்சுகிட்டு ‘கர்கர்’ன்னு ஆடப் பிடிக்குமாம். இப்ப அந்த நாற்காலி ராத்திரி நேரங்கள்ல - தன்னிச்சையா ஆடறதை பார்த்திருக்காங்க...”

“குரங்குதுரையோட ஆவியை நேர்ல பார்த்திருக்காங்களா...?”

“ம்... பார்த்திருக்காங்க... அந்த பங்களா வாட்ச்மேன் சாத்தையா நிறைய தடவை பார்த்திருக்கானாம்...”

“நீங்க இதையெல்லாம் நம்பறீங்களா...?”

“நம்பற மாதிரிதானே காரியங்கள் நடக்குது...? மூணு மாசத்துக்கு முந்தி, உங்களை மாதிரியே ஒருத்தர் ஆராய்ச்சி, கீராய்ச்சின்னு சொல்லிகிட்டு, அந்த பங்களாவில் போய் தங்கினார். சரியா ஏழாவது நாள் ராத்திரி ரத்தம் கக்கி செத்தார்.”

“அதாவது குரங்குதுரையோட ஆவி... அவரை அடிச்சு... கொன்னுருச்சுன்னு சொல்ல வர்றீங்க?”

“ஆமா...”

“அந்த ஆவி அவரை எதுக்காக அடிச்சு கொல்லணும்...? அவர்க்கும் அந்த ஆவிக்கும் ஏதாவது பகையா...?”

“இப்படி குதர்க்கமா பேசினா நான் எப்படி பதில் சொல்ல முடியும் தம்பி...? ஆவிகள் என்னிக்குமே தனிமையைத்தான் விரும்பும். அந்தத் தனிமையை யாரவது கெடுக்க வந்தா... அதுக்கு கோபம் வராதா என்ன...?”

நிஜந்தன். சிரித்துவிட்டு சொன்னான். “நீங்க சொல்ற மாதிரி அந்த பங்களாவில நிஜமாவே குரங்குதுரையோட ஆவி இருந்தா... அந்த ஆவிகிட்டயே... என்னோட ஆராய்ச்சி கட்டுரைக்கு தேவையான விஷயங்களை கேட்டு தெரிஞ்சுக்குவேன்... நான் வந்த வேலையும் சீக்கிரமா முடியும்...! நீங்க மட்டும் எனக்கு அந்த பங்களாவில தங்க அனுமதி குடுத்தா போதும்...”

"உங்களுக்கு கல்யாணமாயிடுச்சா தம்பி...?"

"இல்லீங்க..."

"ரொம்பவும் துடிப்பா இருக்கே...? அந்த பங்களாவில தங்கறதைப் பத்தி கொஞ்சம் யோசனை பண்ணுங்க தம்பி..."

"யோசனை பண்ணிகிட்டுதான் வந்திருக்கேன்..."

சில விநாடிகள் வரை வழுக்கையைத் தடவிக்கொண்டு ஒன்றும் பேசாமல் இருந்த பெரியவர் பின் உட்பக்கமாய் திரும்பி குரல் கொடுத்தார்.

"மஞ்சுளா..."

"என்னப்பா...?"

"ஒரு துண்டு பேப்பரும் பேனாவும் கொண்டாம்மா."

அடுத்த சில விநாடிகளில் வாசலில் பார்த்த அந்தப் பெண் குனிந்த தலை நிமிராமல் விறுவிறுவென்று பக்கத்து அறையினின்றும் வெளிப்பட்டு ஒரு பேப்பரையும் பேனாவையும் டீபாயின் மேல் வைத்துவிட்டு போனாள்.

பக்கத்தில் பார்க்கும்போது அவள் இன்னமும் அழகாக இருப்பதுபோல் நிஜந்தனுக்குப்பட்டது. கன்னங்களும், மோவாயும் தினம் பூசி குளிக்கும் மஞ்சளின் உபயத்தால் மின்னியது.

பெத்தராஜ் பேப்பரில் இரண்டு வரிகளை எழுதி கையெழுத்திட்டு நீட்ட நிஜந்தன் வாங்கிப் பார்த்தான்.

'வாட்ச்மேன் சாத்தய்யனுக்கு. கடிதம் கொண்டு வருபவர் பங்களாவில் தங்க விரும்புகிறார், ஏற்பாடு செய்யவும். பஞ்சாயத்து தலைவர்.'

"இந்த லெட்டர் போதுங்களா...?"

"போதும்..."

"ரொம்ப நன்றிங்க..." கடிதத்தை சட்டைப்பையில் பத்திரப்படுத்திக் கொண்டு நிஜந்தன் எழுந்தான்.

"பங்களாவுக்கு போற வழி எப்படிங்க...?"

"அதுக்கு வழித்தடமே கிடையாது... பிச்சாண்டார் கோயிலுக்குப் பின்னாடி இருக்கிற கருவேலங்காட்டுக்குள்ளே... ரெண்டு கிலோமீட்டர்

ஒத்தையடி பாதையில் நடக்கணும்... கால்ல செருப்பு, பூட்ஸ் இல்லாமே... அதுக்குள்ளாற நடக்க முடியாது..."

"பெட்டியைத் தூக்கிக்க ஆள் யாராவது கிடைப்பாங்களா...?"

"ஒரு நிமிஷம்..." என்றவர் பின்பக்க ஜன்னலுக்கு போய் வெளியே எட்டிப்பார்த்து குரல் கொடுத்தார்.

"எலே... சாமிக்கண்ணு..."

"ஸாமியோவ்..."

"இங்கிட்டு வாடா..."

தலையில் சுற்றியிருந்த முண்டாசை அவிழ்த்துக் கொண்டு ஒரு ஆள் உயரமாய் ஓடி வந்தான். வாசற் படிக்கட்டில் நின்றுகொண்டு எட்டிப் பார்த்தான்.

பெத்தராஜ் சொன்னார். "அந்தப் பொட்டிய தூக்கிக்க...! ஸாரை கொண்டுபோய் குரங்குதுரை பங்களாவுல வுட்டுட்டு வந்துடு..."

அவன் மிரள்வது கண்களில் தெரிந்தது.

"வுட்டுட்டு... வந்துடுடா... உன்னயாரும் அங்கிட்டே இருக்கச் சொல்லல்லே..."

"சரி... ஸாமி..."

"பொட்டிய தூக்கிக்க..."

அவன் தலைக்கு சும்மாடு சுற்றி அவ்வளவு பெரிய ரோலர் சூட்கேஸை அலட்சியமாய் தூக்கி தலையில் வைத்துக் கொண்டான்.

"நான் வர்றேங்க..."

நிஜந்தன் விடைபெற்றுக் கொண்டு வாசற்படி இறங்கினான். வெய்யில் பளீரென்றிருந்தது. ஊரணிக் கரையில் பெண்கள் துணி துவைத்துக் கொண்டிருந்தனர். ஆலமரத்து மேடையில் - இடுப்பு வேஷ்டியுமாய் பேப்பருமாய் நான்கைந்து பேர்கள் தெரிந்தார்கள். ஒரு சரிந்த சத்துணவு கூடத்தில் குழந்தைகள் சத்தம் போட்டுக் கொண்டிருக்க, சாம்பார் சாதம் மணம் காற்றில் வந்தது. கொன்னமடை 'கே.கே.ஈஸ்வரன் சைக்கிள் கடை' என்று போர்டு தெரிந்த கூரை திண்ணையில், தேவிலால் மகன் சௌதாலாவைப் பற்றிப் பேசிக்

கொண்டிருந்த இரண்டு பேர் பேச்சை நிறுத்திவிட்டு குரல் கொடுத்தார்கள்.

“சாமிக்கண்ணு... ஆர்ரா... அது...?”

“வெளியூரு...”

“எங்கிட்டு கூட்டிகிட்டு போறாப்பல...?”

“கொரங்கு தொரை பங்களாவுக்கு...”

அவர்களின் முகங்களில் இருட்டு படிவதைப் பார்த்தான் நிஜந்தன்.

6

பிச்சாண்டார் கோயிலை தாண்டியதும் காய்ந்துபோன கருவேலங்காடு விஸ்தாரமாய் வந்தது. சாம்பல் நிறத்தில் சுண்டு விரல் நீளத்திற்கு கூர்கூராய் முட்கள் மரங்களுக்கு மத்தியில் சோகையாய் அடர்த்தி குறைந்து ஜடைப் பின்னல் மாதிரி ஒற்றையடிப் பாதை தெரிய காலில் பழைய டயர் செருப்போடு சாமிக்கண்ணு நடந்தான்.

"பாத்து வாங்க ஸாமி... பக்கவாட்டுல நீட்டிட்டிருக்கிற முள்ளு ஏதாவது... உடம்ப கீறிட்டா... காயம் கொணமாக நாளாகும். அத்தினியும் நஞ்சு முள்ளு..."

"இதையெல்லாம் வெட்டிடலாமில்லையா...?"

"வெட்ட வெட்ட மொளைக்குதுங்களே ஸாமி...! இந்த கிராமத்து சனங்க பத்து வருஷமா அடுப்பெரிக்குது. இந்த கருவேல குச்சிகள்தான்... அப்படியும் தீரமாட்டேங்குதே...?"

"பங்களாவுக்கு... ரொம்ப தூரம் போகணுமா?"

"எப்படியும் கால் மணி நேரம் நடக்கணும் ஸாமி..."

"அந்த பங்களாவைப் பத்தி ஊர்ல இருக்கறவங்க... ஒருமாதிரி பேசிக்கறாங்களே... நிஜந்தானா சாமிக்கண்ணு...?"

"நெஜம் ஆருக்குங்க தெரியும்...? ஏதோ சனங்க பேசிக்கறாங்க... அதையே நாம்பளும் நம்ப வேண்டியிருக்கு..."

"உனக்கு இதே ஊர்தானா?..."

"இல்லீங்க... எனக்கு நச்சாந்துபட்டி... பொழைப்புக்காக இங்கிட்டு கெடக்கேன்..."

“மூணுமாசத்துக்கு முந்தி... இந்த கிராமத்துக்கு வந்து, குரங்குரை பங்களாவில் தங்கின ஒருத்தர் செத்துப்போயிட்டதா சொல்றாங்களே...? அது எப்படீன்னு தெரியுமா...?”

“என்னமோ நெஞ்சடச்சு... ரத்தக் கொளாய் வெடிச்சு – செத்துப் போயிட்டதா ஊர்ல பேசிக்கிட்டாக...”

“செத்துப்போனவரை நீ பார்த்தியா...?”

“பாக்கலீங்க...”

கருவேல மரங்களின் உஷ்ணம் நிஜந்தனை தாக்கியது. உடம்பு வியர்த்து – சட்டை அப்படியே ஒட்டிக்கொண்டது.

பத்து நிமிஷம் நடந்திருப்பார்கள்.

கொஞ்சம் தொலைவில் – பெரிது பெரிதான கருவேல மரங்களுக்கு மத்தியில்–அந்த சிதிலமான கட்டிடம் தெரிந்தது.

“அதாங்க... கொரங்கு தொரை பங்களா...”

நிஜந்தன் சுற்றும் முற்றும் பார்த்தான். பகல் நேரத்திலேயே – அந்த இடம் அமானுஷ்யத்தனத்தோடு இருந்தது. தலைக்கு மேல் எந்தப் பட்சியும் பறக்கவில்லை.

“பச்சையா... புல் பூண்டு... ஜீவராசி ஒண்ணையும்... காணோமே...?”

“இது செத்த பூமிங்க... எத்தினி மழை பெய்ஞ்சாலும் சரி ரெண்டு நிமிஷத்துல காய்ஞ்சுடும்... சாயந்திரம் சூரியன் சாய்ஞ்சதுமே... ஊர் நாய்ங்க பூராவும் இந்த கருவேலங்காட்டுக்கு வந்துடும்... விடிய விடிய ஊளையிட்டுகிட்டே இருக்கும்...”

நிஜந்தனுக்குள் ஏதோ ஒரு சிறிய நரம்பில் லேசாய் முதன் முதலில் குளிர் ஓடியது.

பங்களா கிட்டத்தில் வந்தது.

கோட்டை மாதிரி இருந்தது. செங்கல் கட்டிடம் ஆனால் ஒவ்வொரு கல்லும் பாசி பிடித்து அந்தப் பாசியும் வெய்யிலில் கருகி தீய்ந்து போயிருந்தது. காம்பௌண்ட் சுவர் இடிந்து – செங்கற்கள் சரிகிற அபாயத்தில் தெரிந்தது. துரு பிடித்த தகர கேட்டுக்கு முன்னால் – பனையோலைகளால் வேய்ந்த குடிசை ஒன்று கண்ணில் பட சாமிக்கண்ணு சொன்னான்.

"ஸாமி! அதான் சாத்தப்பனோட காவல் குடிசை...! சாயங்காலம் வரைக்கும் இருப்பான் - அப்பால ஊருக்குள்ளே போயிடுவான்... கொரங்கு துரை காலத்திருந்தே இருக்கான்..."

"வயசு எத்தினி இருக்கும்...?"

"எளுபது... எம்பது இருக்கும்... ஆனா ஒடம்பை பார்த்தீங்கன்னா... கருங்கல்லு மாதிரி இருக்கும்..."

பனையோலை குடிசையை நெருங்கினார்கள்.

சாமிக்கண்ணு குரல் கொடுத்தான்.

"சாத்தய்யா..."

"யாரது...?"

குடிசையிலிருந்து வெளிப்பட்டான் அந்தக் கிழவன்.

கறுப்பாய் – உயரமாய் - திடகாத்திரமாய்... இருந்தான்.

சாமிக்கண்ணு நிஜந்தனைக் காட்டினான். "இவரு பட்டணத்திலிருந்து வந்திருக்காரு... பஞ்சாயத்து பெரியவரு... இங்கிட்டு அனுப்பி வெச்சாரு... மத்த விபரமெல்லாம் அவரே சொல்லுவாரு... ஸாமி! நான் வரட்டுங்களா...?"

சாமிக்கண்ணு கும்பிட்டுவிட்டு விடை பெற்றுக்கொள்ள - சாத்தய்யன் தன் உயிர்ப்பில்லாத கண்களால் நிஜந்தனை ஏறிட்டான். அவன் கையிலிருந்த கடிதத்தைக் கொடுத்தான். வாங்கிப் படித்துப் பார்த்துவிட்டு சற்றே இழுத்த மாதிரியான குரலில் கேட்டான்.

"தம்பி! இங்கிட்டு தங்கப்போறீங்களா...?"

"ஆமா..."

"எ... எதுக்காகவாம்...?"

"ஆராய்ச்சி படிப்புக்காகத்தான்"

"இந்த இடம் அவ்வளவு சிலாக்கியமில்லீங்களே...?"

"இப்படி சொல்லுவீங்கன்னு... எனக்கு தெரியும். இந்த பங்களாவைப் பத்தின சகல விஷயங்களையும் தெரிஞ்சுட்டுத்தான் வந்திருக்கேன்... பங்களாவில குரங்குதுரையோட ஆவி இருக்கு... பேய் இருக்கு...

பிசாசு இருக்குன்னு. இந்த ஊர் ஜனங்க நம்பற மாதிரி... நான் நம்பத் தயாரில்லை..."

"தம்பிக்கு எள ரத்தம்... அதான் விபரம் புரியாமே... பேசறீங்க...! நீங்க இந்த பங்களாவில எத்தினிநாள் வேணுமின்னாலும் இருந்து... என்ன ஆராய்ச்சி வேணுமின்னாலும் பண்ணிக்கோங்க... அதப்பத்தி... எனக்கு ஆட்சேபணையே கெடையாது... ஆனா... ராத்திரி நேரங்கள்ல நான் இங்கிட்டு தங்கமாட்டேன்... நீங்கதான் தனியா இருக்கணும்..."

"தாராளமா இருக்கேன். உள்ளார போய்... பங்களாவைப் பாக்கலாமா...?"

"வாங்க..."

சாத்தய்யன் மெதுவாய் நடந்துபோய் தகர கேட்டை சிரமப்பட்டு தள்ளி – இடைவெளி - ஏற்படுத்திக்கொண்டு உள்ளே நுழைய - நிஜந்தனும் அவனைத் தொடர்ந்தான்.

உள்ளே காம்பௌண்ட் சுவரோரமாய் - ஏராளமான எருக்கஞ்செடிகள்... ஆளுயரத்திற்கு வளர்ந்து கும்பலாய் தெரிந்தன. கிழவன் சொன்னான்.

"தம்பி! இந்த சீமையில... எந்தப் பக்கம் பார்த்தாலும்... கருவேல முள்ளுமரம்தான்... வளரும்... இந்த செத்த மண்ணுல... அதுதான் மொளக்கும்... ஆனா... இந்த பங்களாவுக்குள்ளாற பாத்தீங்கன்னா... சுவரைச் சுத்தியும் எருக்கஞ்செடிதான்... அப்புறம் பாழடைஞ்ச பங்களாவுக்குள்ளே... வவ்வால் இருக்கும்ன்னு... சொல்லுவாங்க... அது இந்த பங்களாவுக்குள்ளாற... ஒரு வவ்வால் கூட இல்லீங்க..."

"வீட்ல ஆவியும் பிசாசும் இருந்தா... வீட்டைச் சுற்றி எருக்கஞ்செடி முளைக்கும்... உள்ளே வௌவால்கள் அலையாதுன்னு யாராவது சொன்னாங்களா?"

"பெரியவங்க... அப்படி சொல்லுவாங்க..."

செங்கல் பெயர்ந்த வாசற்படிகளில் ஏறி - கனமான கதவைத் தள்ளிக்கொண்டு உள்ளே போனார்கள்.

உயரமான விதானத்தோடு - விஸ்தாரமான ஹால் வந்தது ஹாலைச் சுற்றியதும் - மங்கிப் போன சிவப்பு, பச்சை, நீல நிறங்களில் - அரைவட்டமாய்

கண்ணாடி ஜன்னல்கள் தெரிந்தன. அடை அடையாய் தூசி குறுக்கே ஓடிய - பிரமாண்டமான உத்திரங்களிலிருந்து நூலாம்படைகள் கோஷ்டி கோஷ்டியாய் தொங்கி - அடித்த காற்றில் ஆடின. ஹால் சுவரின் மேற்புறங்களில் கண்ணாடிச் சட்டம் உடைந்த – போர்ட்ரெய்ட்களில் - ஆங்கில துரைகள் - மெடல்கள் வைத்த கோட்டுகளோடு - சிரித்தார்கள். முறைத்தார்கள்.

“இதெல்லாம் குரங்குதுரையோட... அப்பா, சித்தப்பா, பெரியப்பாவோட போட்டோ...” சாத்தப்பன் சொல்ல நிஜந்தன் கேட்டான்.

“குரங்குதுரையோட போட்டோ... இல்லையா?”

“அதோ இருக்கே...”

கிழவர் காட்டிய பக்கம் பார்வையைக் கொண்டு போனான் நிஜந்தன். தூசு மண்டிய போட்டோவில் - குரங்குதுரை உக்கிரமாய் முறைத்தார். ஏறக்குறைய ஒரு குரங்கின் முகம் மூக்கின் துவாரங்கள் உள்ளடங்கி தெரிந்தன.

“நீங்க குரங்குதுரையை பார்த்திருக்கீங்களா பெரியவரே...?”

கிழவன் சிரித்தான்.

“இங்கிட்டு வேல பாத்த ஆளுதானே நா... துரை சாகற வரைக்கும் இதே பங்களாவில்தான் இருந்தேன்”

“முகம் அவருக்கு இப்படித்தான் இருக்குமா...?”

“ஆமா... குரங்கு மூஞ்சிதான்... அதுக்கேத்த மாதிரியே... மூர்க்கமான கொணம்... கோபம் வந்தா பங்களாவுக்குள்ளே பிரளயமே நடக்கும்... அவரு பண்ணின சேஷ்டைங்க ஒண்ணா... ரெண்டா... நாள் பூரா சொல்லிக்கிட்டே இருக்கலாம்...”

“துரை சாகும்போது எத்தினு வயசு...?”

“அம்பத்தி ரெண்டு...”

“சாகற வயசில்லையே...?”

“அவர் தானா சாகலையே தம்பி!...”

“பின்னே...?”

“யாரோ அவரை ரெண்டு துண்டா வெட்டி - இந்த உத்திரத்துல தொங்க விட்டிருந்தாங்க...”

“வெட்டியா...?”

“ஆமா...”

“யாரு...?”

“யார்ன்னு சொல்ல முடியும்...? துரையை பாக்க... யார் யாரோ வர்றாங்க... போறாங்க... அதுல நல்லவனும் இருப்பான்... கெட்டவனும் இருப்பான்... அவரு செத்ததுல எத்தனையோ விவகாரம்... பெரிய பெரிய போலீஸெல்லாம் வந்தாங்க... ஒண்ணும் கண்டுபிடிக்க முடியலை...”

“துரையோட பொண்டாட்டி வருஷத்துக்கு ஒரு தபா... இங்கே வர்றாங்களாமே... உண்மையா...?”

“ஆமா... வந்து ரெண்டு மணி நேரம் இருப்பாங்க... பங்களாவுக்குப் பின்னாடி இருக்கிற - துரையோட சமாதிக்கு போய் - மாலையைப் போட்டுட்டு அழுவாங்க... பாக்க பாவமா இருக்கும்...”

மாடிப்படிகளில் ஏறினார்கள். பலகையிலான படிகள் ‘கர்ர்ரக்... கர்ர்ர்’ என்று லேசாய் முனகியது. தூசுப்புகை லேசாய் வந்தது.

மாடி வராந்தாவுக்கு வந்தார்கள். அந்த பகல் நேரத்திலேயே - வராந்தாக்கள் இருட்டாய் - சுவர்க்கோழிகளின் சத்தத்தோடு இருந்தன. வயிற்றை இம்சைப்படுத்துகிற ஈரமான நாற்றம் காற்றிலே உறைந்து போயிருந்தது.

வரிசையாய் அறைகள் வந்தன. எல்லாமே சிதிலமான அறைகள். சுவர்களில் லண்டன் நகர புகைப்படங்கள். அவைகளின் மேலே கெட்டியான நூலாம் படைகள். காற்றில் உறைந்து போயிருந்த ஒருவகை வீச்சம்.

“பெரியவரே...!”

“சொல்லுங்க தம்பி...”

“நான் இங்கே தங்கிக்கப் போற ரூம் எது...?”

“கீழே... ஹால்ல இருக்கு தம்பி... அந்த ரூம் ஒண்ணை தான் சுத்தம் பண்ணி வெச்சிருக்கேன்... துரையோட பொண்டாட்டி

வந்தாலும் அங்கதான் ரெஸ்ட் எடுத்துக்குவாங்க... கரண்ட் கிடையாது... அரிக்கேன் விளக்கு தான்..."

"மூணுமாசத்துக்கு முந்தி... முரளிதரன்னு ஒருத்தர் இங்கே தங்கியிருந்து செத்துப் போனாரே...? அவர் எப்படி செத்தார்ன்னு தெரியுமா?"

"மாரடைப்புங்க..."

"எத்தினி நாள் தங்கியிருந்தாரு...?"

"ஒரு வாரம் மொத்த ஆறுநா... இந்த பங்களாவுக்குள்ளேயே தான் இருந்தாங்க... போட்டோ புடிச்சாரு... பக்கம்... பக்கமா எளுதினாரு. அவரே ஒரு ஸ்டவ்வை வெச்சுகிட்டு பொங்கி சாப்பிட்டாரு... ஆறுநா சந்தோஷமா... இருந்தவரு... திடீர்னு ஏளாம் நாளு... ரத்தம் கக்கி செத்துட்டார்ங்க..."

"நல்லா இருந்தவரு... எப்படி செத்தாரு...?"

"அதான்... மாரடைப்புன்னு டாக்டர்ங்க சொன்னாங்க...! ஊர்சனங்க குரங்குதுரையோட ஆவி அடிச்சிடுச்சுன்னு... பேசிகிட்டாங்க"

"நீங்க என்ன நினைக்கறீங்க...?"

"எனக்கொண்ணும் புரியல்லீங்க..."

"குரங்குதுரையோட ஆவியை நீங்க பார்த்திருக்கீங்களா...?"

"ம்... பார்த்திருக்கேன்."

"எத்தினி தடவை பார்த்திருக்கீங்க...?"

"மூணுதபா..."

"பகல்ல பார்த்தீங்களா...?"

"இல்லே... சாயந்தர நேரத்துல... கருக்கிருட்டுல, ஜன்னலுக்குப் பக்கத்துல... துரையோட மூஞ்சி தெரிந்தது..."

"இதை எப்படி நம்பறதுன்னே எனக்கு தெரியலை..."

"நம்பறதுக்கு கஷ்டமாத்தான் இருக்கும்... ஆனா என்னோட கண்ணை நான் நம்பியாகணுமே..."

"கடைசியா... துரையோட ஆவியை என்னிக்கு பார்த்தீங்க?"

"ரெண்டு வருஷத்துக்கு முந்தி... மழை பெய்யற ஒரு சாயந்தர நேரத்துல... மாடி ஜன்னலுக்குப் பக்கத்துல நிழல் உருவமா பார்த்தேன்..."

பங்களாவைச் சுற்றிப் பார்த்துவிட்டு ஹாலில் இருந்த கீழ் அறைக்கு வந்தார்கள்.

"இதான்... நீங்க... தங்கப் போற ரூம்..."

நிஜந்தன் அந்த அறைக்குள் நுழைந்தான். சற்று பெரிதான ரூம். ஜன்னல்கள் இல்லை, சுவரின் இடதுபக்கமும், வலதுபக்கமும் - கைகளுக்கு எட்டும் தூரத்தில் வெண்டிலேட்டர்கள் மட்டும் இருந்தன. அறையின் மையத்தில் புராதன மரக்கட்டில். மூலையில் ஒரு ஸ்டவ். மண்கூஜா. துருப்பிடித்த ஒரு அரிக்கேன் விளக்கு.

நிஜந்தன் அறையைச் சுற்றி வந்தான். சூரிய வெளிச்சம் கஞ்சத்தனமாக உள்ளே வந்ததால் - அறை அரையிருட்டாய் - கொஞ்சம் ஈரக்காற்றோடு இருந்தது.

வாட்ச்மேன் சாத்தய்யன் மண்கூஜாவை எடுத்துக் கொண்டான். "இதைக் கழுவி... குடிக்கிறதுக்கு நல்ல தண்ணியா கொண்டு வந்துடறேன் தம்பி..."

"தண்ணி... எங்கே கிடைக்கும்...?"

"பங்களாவுக்குப் பின்பக்கமா ஒரு கிணறு இருக்கு... தண்ணி கொஞ்சம் உவர்ப்பா இருந்தாலும் குடிக்கலாம்... தண்ணி சேந்தறதுக்கு கயிறும் வாளியும் இருக்கு... காலையில எந்திரிச்சதும் அங்கேயே குளிச்சுக்கலாம்"

சாத்தய்யன் கிளம்பிப் போனதும் - நிஜந்தன் தான் கொண்டு வந்திருந்த சூட்கேஸைத் திறந்தான். பால் பவுடர் பாக்கெட்டுகள், ரொட்டி வகைகள், இன்ஸ்டன்ட் டீ அலுமினிய பாக்கேஜ்கள்... சுகர் க்யூப்ஸ் அடங்கிய பாலிதீன் பைகள், ஒரு பீங்கான் தட்டு, கப் அண்ட் சாஸர், எவர்சில்வர் பாத்திரம்... என்று ஒவ்வொன்றாய் எடுத்து வெளியே வைத்தான். உள்ளே தோலுறையில் பாயிண்ட் நைன் பிஸ்டலும், மேக்னம் பிஸ்டலும் கனமாய் தெரிந்தது.

சாத்தய்யன் பத்து நிமிஷம் கழித்து... தண்ணீர் நிரம்பிய மண் கூஜாவோடு உள்ளே நுழைந்தான். பரப்பி வைக்கப்பட்டிருந்த

பொருள்களைப் பார்த்ததும்-சிரித்தான். "என்ன தம்பி... இத்தினி சாமான்...? ஏதாவது குடும்பம் நடத்தப் போறீங்களா...?"

"ஒரு வாரம் தங்கப் போறேன்... இவ்வளவு... சாமானாவது வேண்டாமா...? இன்னிக்கும் நாளைக்கும்... ரொட்டி, டீ...சாப்பிட்டே பொழுதை ஓட்டிடுவேன்... அப்புறம் தான்... அரிசி வாங்கிட்டு வந்து சமைக்கணும்..."

"சமைக்கப் போறீங்களா...?"

"ம்... வெறும் சோறு மட்டும் வடிச்சுகிட்டா போதும்... சாதத்துல பிசைஞ்சு சாப்பிட - பருப்புப் பொடியும், கறிவேப்பிலை துவையல் பொடியும் கொண்டாந்திருக்கேன்."

சாத்தய்யன் சிரித்துக் கொண்டே வெளியே போனான். நிஜந்தன் ஏர்ஃபில்லோவை எடுத்து ஊதி - அதை தலையணையாக்கி - கட்டிலில் போட்டு சாய்ந்து - பயணக்களைப்பில் கண்களை மூடினான்.

அப்படியே தூங்கிப் போனான்.

எவ்வளவு நேரம்...?

தெரியவில்லை.

"தம்பி... தம்பி..." என்ற குரல் கேட்டு திடுக்கிட்டு கண் விழித்தான். அறைவாசலில் சாத்தய்யன் கறுப்பு சால்வையைப் போர்த்திக்கொண்டு- கையில் பித்தளை தூக்கோடு நின்றிருந்தான்.

"தம்பி... சாயந்தரமாயிடுச்சு... இன்னும் கொஞ்ச நேரத்துல இருட்டிடும்... நான் கௌம்பட்டுமா...?"

கையிலிருந்த வாட்ச்சைப் பார்த்தான் நிஜந்தன்.

நேரம் 6-05.

"அரிக்கேன்ல எண்ணெய் இருக்கு... பத்த வெச்சுகுங்க தம்பி"

"ம்..."

நகர முயன்றவர் நின்றார். "தம்பி..."

"என்ன பெரியவரே...?"

"நான் அவ்வளவு சொல்லியும் நீங்க தங்கணுமா...?"

“நான் தங்கறதுக்காகத்தானே வந்திருக்கேன். நீங்க கிளம்புங்க. நாளைக்குக் காலையில பாக்கலாம்...”

“எள ரத்தம் துடியா இருக்கீங்க...நான் சொல்ல வேண்டியதை சொல்லிட்டேன்... அப்புறம் உங்க இஷ்டம்...”

சாத்தய்யன் வெளியே போனான்.

7

ஆறரை மணிக்குள்ளாக - குரங்குதுரை பங்களாவைச் சுற்றிலுமிருந்த பகுதிகள் இருட்டுக்குள் விழுந்துவிட அரிக்கேன் விளக்கை ஏற்றி வைத்துவிட்டு - கையில் ஒரு டார்ச் லைட்டோடு அறையினின்றும் வெளியே வந்தான்.

ஹால் அடர்த்தியான இருட்டில் இருந்தது. அடித்த காற்றில் - ஒட்டடைகள் நிசப்தமாய் ஆடின.

வாசற்கதவைத் திறந்து கொண்டு வெளியே வந்தான்.

கருவேலங்காட்டு மரங்கள் சாம்பல் இருட்டில் குச்சி குச்சியாய் நீட்டிக் கொண்டு தெரிந்தது.

டார்ச் லைட்டின் வெளிச்ச வட்டத்தோடு - இரையும் சுவர்க்கோழிகளின் சத்த நடுவில் - பங்களாவை ஒட்டி நடந்து பின்பக்கத்திற்கு வந்தான்.

முட்செடிகளுக்கு நடுவே-

அந்த சிதிலமான சமாதி மண்டபம் தெரிந்தது.

அதை நோக்கிப் போனான்.

'ரீ...ரீ...ஈஈஈஈ...ஈஈஈஈ...!' - சுவர்க்கோழிகளின் சத்தம் இப்போது உச்சத்தில் இருந்தது. முட்செடிகளுக்கு மத்தியில் எதுஎதுவோ சரசரவென்று ஓடி மறைந்தது. நிஜந்தன் நிதானமாய் நடந்து சமாதியை நெருங்கினான்.

சிமெண்ட் காரையால் கட்டப்பட்டிருந்த சமாதி அது. வெய்யிலிலும் - மழையிலும் நனைந்து - கறுப்பேறி உடம்பில் பாளம் பாளமாய்

வெடிப்புகளைக் காட்டியது. வெடிப்புகளுக்கு நடுவில் வளர்ந்திருந்த சின்னஞ்சிறு தாவரங்கள் - மேற்கொண்டு வேர் பாய்ச்சி - வளர முடியாமல்-சூரியக்கதிர்களால் தகனம் செய்யப்பட்டிருந்தன.

சமாதியின் தலைமாட்டில் உடைந்து போன – கடப்பைக்கல் தெரிய, அதன் மேல் டார்ச் வெளிச்சத்தை அடித்தான் நிஜந்தன்.

'ஹாரிங் மெக்கன்ஸி' - என்கிற வார்த்தையைத் தவிர மற்ற வார்த்தைகளில் மண்ணும் அழுக்கும் ஏறியிருந்தது.

சமாதியிலிருந்து பார்க்கும்போது - பங்களாவின் பின்பக்கம் வெகு சிதிலமாய் தெரிந்தது, ஜன்னல் கண்ணாடிகள் உடைந்து - மரச்சட்டங்கள் செல்லரித்து-கீழே சுவரோரமாய் கறையான் புற்றுகள்.

இருட்டும் – நிசப்தமும் - ஒருவித அமானுஷ்யத்தை - பூசிக்கொண்டு நிற்கும் பாழடைந்த அந்த பங்களாவும் - நிஜந்தனின் அடிவயிற்றில் - மெலிதாய் குளிர் பாய்ச்சியது.

'இப்படி தனியாய் வந்து-இங்கே தங்குவது மடத்தனமா...?'

'முட்டாள்! இந்த பயம் உனக்கு வரக்கூடாது. நீ போலீஸ் மேன். ஆவி, பேய், பிசாசுகளில் நம்பிக்கை இல்லாதவன்... இந்த பங்களாவின் மர்மம் விடுபட வேண்டுமானால் நீ இங்கே தங்குவதுதான் சரி... பாயிண்ட் நைன் பிஸ்டல் ஒன்றும் மேக்னம் பிஸ்டல் ஒன்றும் உன்னிடம் இருக்கும்போது என்ன பயம்?'

நிஜந்தன் மறுபடியும் முட்செடிகளுக்கு மத்தியில் நடந்து வந்து-பங்களாவுக்குள் நுழைந்தான். கதவைச் சாத்தி தாழ்ப்பாள் போட்டுக் கொண்டான்.

ஹால் கனமான இருட்டுக்குள் விழுந்தது.

டார்ச் லைட்டால் - இருட்டை துடைத்துக் கொண்டு தன் அறைக்குள் நுழைந்தான். அரிக்கேன் விளக்கு சுடர் நடுங்காமல் எரிந்து கொண்டிருந்தது. சுவரில் அவன் நிழலே பூதாகரமாய் விழுந்தது.

8

நிஜந்தன் எப்போது படுத்தான்...?

எப்போது விழித்துக் கொண்டான்..? அவனுக்கே தெரியவில்லை.

திடுக்கென்று உடம்பு வியர்த்திருந்தது. சுவரோரமாய் வைக்கப்பட்டிருந்த அரிக்கேன் விளக்கு அணைந்து போயிருக்க - அறை இருட்டில் இருந்தது,

பங்களாவுக்கு வெளியே சுவர்க்கோழிகள் ஓயாமல் குரல் எழுப்பிக் கொண்டிருக்க அந்த சத்தத்தையும் மீறிக் கொண்டு -

தலைக்கு மேலே,

மாடியறையில்,

'அது என்ன சத்தம்...?

மேஜையை நகர்த்துவது போல் சத்தம்.'

நிஜந்தன் மெதுவாய் எழுந்து உட்கார்ந்து - தலைமாட்டில் இருந்த டார்ச்சை எடுத்து மணிக்கட்டில் இருந்த வாட்ச்சைப் பார்த்தான்.

12:20.

மிக மிக மெதுவாய் கட்டிலைவிட்டு இறங்கினான். ஏர்ஃபில்லோவுக்கு இடது பக்கமாய் இருந்த பாயிண்ட் நைன் பிஸ்டலை எடுத்துக் கொண்டான். உடம்பு வியர்வையில் கொப்பளிக்க - இருதயத்துக்குள் ரத்தம் வேகமாய் பாய்கிற இரைச்சல் கேட்டது.

'அந்த பயம் எனக்கு வரக்கூடாது...!'

'ஆவி... பேய் என்பதெல்லாம் வெறும் சரடு.'

ஒரு கையில் ரிவால்வர். இன்னொரு கையில் டார்ச்சோடு - பூனை நடைபோட்டு கதவை நெருங்கினான்.

தாழ்ப்பாளின் மேல் கையை வைத்தவன் - சிறிது நிதானித்தான். சத்தம் இப்போது வேறு பக்கமிருந்து கேட்டது.

'எங்கே...?'

காதுகளுக்கு உன்னிப்பைக் கொடுத்தவன் திடுக்கிட்டான்.

இப்போது சத்தம் மாடிப்படிகளில் கேட்டது. நிதானமான சத்தம். பலகைகளாலான மாடிப்படிகள் அந்த ராத்திரி நிசப்தத்தில் 'கிறீச் கிறீச்' என்று முனகின.

'யார் வருகிறார்கள்?'

'கதவைத் திறக்கலாமா?'

'வேண்டாம்... இன்னும் சிறிது நேரம் பொறுப்போம்.'

நிஜந்தன் கையில் துப்பாக்கியோடும் - டார்ச்சோடும் அப்படியே நின்றான். காலடி சத்தம் இப்போது மாடிப்படிகளை முடித்துக் கொண்டு ஹாலுக்கு வந்தது.

"சர்ரக்...சர்ரக்..."

கதவைத் திறந்து பார்க்கலாம் என்று யோசித்த வேளையில் –

வெளியே சத்தம் நின்று போயிற்று.

நிசப்தம்.

நீளமான நிசப்தம்.

மறுபடியும் அந்த சத்தத்திற்காக காத்திருந்தான் நிஜந்தன்.

முழுசாய் இரண்டு நிமிஷத்திற்கு சத்தம் வராமல் போகவே-

அறைக்கதவின் தாழ்ப்பாளை மெல்ல விலக்கி - கதவை ஸ்லோமோஷனில் திறந்து வெளியே எட்டிப் பார்த்தான். இருட்டான ஹாலுக்குள் - அஷ்டமி சந்திரனின் வெளிச்சம் உடைந்த ஜன்னல்கள் வழியாக வரிவரியாய் விழுந்திருந்தது நூலாம் படைகள் காற்றில் ஆடின.

நிஜந்தன் வெளியே வந்தான்.

மாடிப்படிகளை நிமிர்ந்து பார்த்தான்.

யாருமில்லை.

கையிலிருந்த டார்ச் வெளிச்சத்தை - ஹாலுக்கு வீசி - இருட்டைக் கழுவினான். பிடுங்கின செங்கற்களோடு சுவர்கள் இளித்தன. டார்ச் வெளிச்சம் பட்ட இடங்களில் பெருச்சாளிகள் தலைதெறிக்க ஓடின.

பிஸ்டலை ஜாக்கிரதையாய் உயர்த்திக்கொண்டு... மெல்ல நடந்தான் நிஜந்தன். மனசுக்குள் இப்போது சந்தேகம்... வந்தது.

'சத்தம் கேட்டது உண்மையா...? இல்லை பிரமையா...?'

'உண்மை!' - மூளைக்குள்ளிருந்து மில்லியன் செல்கள் ஒரே குரலில் சத்தியம் செய்தன. குத்திட்டு நின்ற மயிர்க்கால்கள்... இப்போதும் சாட்சி சொல்லிற்று.

மாடிப்படிகளுக்கு பக்கத்தில் வந்தான்.

'மேலே ஏறி பார்க்கலாமா...?'

யோசித்த அடுத்த விநாடியே ஏறினான். டார்ச் வெளிச்சம் ஒவ்வொரு மரப்படியைக் காட்ட - நிதானமாய் ஏறினான். உடம்பிலிருந்த அத்தனை வியர்வைச் சுரப்பிகளும் ஜலஜலவென்று சுரக்க ஆரம்பித்தன.

'க்ரீச்...க்ரீச்...' மாடிப்படிகளின் ஜாயிண்ட்கள் குளிர் ஜுரத்தில் அனத்துகிற ஆசாமி மாதிரி முனகியது.

மாடியின் வராந்தாவுக்கு வந்தான். உச்சிப்படியில் நின்று ஹாலை திரும்பிப் பார்த்தான்.

ஹால் இருட்டில் நிசப்தமாய் ரகசியம் பேசியது. நிஜந்தனின் உள்ளுணர்வில் பயம் உறுத்தியது.

'நிச்சயமாய் இந்த சிதிலமான பங்களாக்குள் யாரோ இருக்கிறார்கள்...'

வராந்தாவில் மெல்ல நடைபோட்டு - ஒவ்வொரு அறையாய் எட்டிப் பார்த்தான். எல்லாமே இருட்டுக்குள் இருந்தன.

மாடியின் கோடிக்கு வந்து - திரும்பியவனின் பார்வை உடைந்த ஜன்னலுக்கு அப்பால் போக,

பங்களாவின் பின்புறமும்,

முட்செடிகளுக்கு நடுவே அந்த சமாதியும் தெரிந்தது.

சமாதியை உற்றுப் பார்த்த நிஜந்தன் இருதயம் தொண்டையின் நுனிக்கு வந்துவிட்டதைப் போன்ற உணர்வில் அதிர்ந்து போனான்.

சமாதியின் தலைமாட்டில் யாரோ உட்கார்ந்திருந்தார்கள்.

9

நிஜந்தனின் உடம்பிலிருந்த சகல மயிர்க்கால்களும் குண்டூசி முனைகளாய் மாற கண்கள் திகைத்து சமாதியைப் பார்த்தது.

காற்றில் முடி பறக்க,

முழங்கால்களைக் கட்டிக்கொண்டு யாரோ உட்கார்ந்திருப்பது - நிச்சயமாய் தெரிந்தது.

'யாரது...?'

'ஆணா... பெண்ணா...?'

'போய்ப் பார்த்துவிட வேண்டியதுதான்..'

வியர்வையில் வழுக்கிய டார்ச்சையும், ரிவால்வரையும் கெட்டியாய் பற்றிக்கொண்டு வராந்தாவில் மூச்சிறைக்க நடந்து - மாடிப்படிகளில் வேகமாய் இறங்கி - ஹாலுக்கு வந்து கதவைத் திறந்து கொண்டு வெளியே வந்தான்.

கருவேலங்காட்டு பிரதேசம் அந்தகாரத்திலும் - விஸ்தாரமான நிசப்தத்திலும் இருந்தது.

நிஜந்தன் காலடிச் சத்தம் கேட்காமல் - ஒரு பூனையின் சாமார்த்தியத்தோடு பங்களாவின் பின்பக்கத்தை நோக்கி ஓடினான். முட்புதர்களுக்கு நடுவே கால்களை கீறிக் கொள்ளாமல் ஓடி,

சமாதி அருகே வந்தான்.

சமாதி மேடை வெறுமையாய் இருந்தது. தலைமாட்டில் டார்ச் வெளிச்சத்தை அடித்தான்.

சமாதியின் வெடிப்புகளில் - சிவப்பாய்-திரவமாய்!

'என்ன அது...?'

இடதுகையின் ஆட்காட்டி விரலால் அந்த சிவப்பைத் தொட்டுப் பார்த்தான். ரத்தம்.

கையில் ஒட்டிக்கொண்டு பிசுபிசுத்தது.

நிஜந்தன் உஷாராகி சுற்றும்முற்றும் பார்த்தான். எல்லா திக்குகளிலும் நிசப்தம். சமாதிக்கருகே சில நிமிஷ நேரம் இருந்துவிட்டு - மறுபடியும் பங்களாவுக்கு வந்தான்.

ஹாலுக்குள் நுழைகிறபோது, அவனுடைய அறைக்குள் ஏதோ சத்தம் கேட்டது. எதையோ நகர்த்துகிற மாதிரி...

நிஜந்தன் நின்றான்.

பின் தயக்கமாய் நடந்தான்.

நிச்சயமாய் உள்ளே ஏதோ விபரீதம். யாரோ இருக்கிறார்கள். மயிர்க்கால்களில் எச்சரிக்கை குறுகுறுத்தது. கையிலிருந்த டார்ச் நடுங்கிக் கொண்டே இருட்டை வழித்தெடுத்து வழியைக் காட்ட நடந்தான்.

மாடிப்படிகளுக்குப் பக்கத்தில் வந்ததும் - முதன்முதலாய் டார்ச் வெளிச்சத்தின் வட்டத்தில் ஸ்டிக்கர் பொட்டு மாதிரி ஒரு ரத்தத்துளி தெரிந்தது.

நிஜந்தனின் கை நடுங்கியது. பிஸ்டல் வியர்வையில் ஷவர்பாத் எடுத்தது. 'இந்த வழுக்குகிற கையால் எதிராளியை சுட முடியுமா...?'

இரண்டடி எடுத்து வைத்தான்.

மறுபடி கொஞ்சம் உதிரம் இருதயம் தசைச்சுவர்களில் முட்டிக்கொண்டு துடித்தது - தப்பித்துப் போகும் பறவையைப் போல் தத்தளித்தது.

'ஊ...ஹூம் நான் பயப்படக் கூடாது... பயப்பட்டு இப்படி வேர்த்து வழிவதற்காக நான் இங்கே வரவில்லை...'

'இந்த வீட்டில் ஆவி கிடையாது. பேய் கிடையாது. எல்லாமே ஹம்பக்... இது மானிட வேலைதான்...'

டார்ச்சின் வெளிச்ச வட்டம் துழாவிக் கொண்டே போக - ரத்தத்துளிகள் பிடிவாதமாய் தொடர்ந்து அறையை நோக்கிப் போயிற்று.

நிஜந்தன் கதவை நெருங்கி குரல் கொடுத்தான்.

"உள்ளே யாரது...?"

மௌனம்.

"யாரது...?"

மறுபடி மௌனம்.

அந்த மௌனம் பிடிக்காமல் கதவைத் தட்தட்டென்று உதைத்தான் நிஜந்தன். அது விரிய திறந்து கொண்டது.

அறை இருட்டில் இருந்தது.

உள்ளே ஒன்றும் தெரியவில்லை.

பிஸ்டலை தயார் நிலையில் வைத்துக் கொண்டு டார்ச். வெளிச்சத்தை உள்ளே அனுப்பினான். வெளிச்ச வட்டம் மில்லி மீட்டர் மில்லி மீட்டராய் நகர்ந்து அறையில்லிருந்த பொருள்களைக் காட்டியது.

உள்ளே யாருமில்லை.

'சத்தம் கேட்டதே!'

'அந்த வென்டிலேட்டர் சதுரத்துக்குள் நுழைந்து ஓடிவிட்டார்களா?'

அறைக்குள் நுழைந்தான் நிஜந்தன்.

ஏதோ வாசனை நாசியை வருடியது. காற்று அந்த வாசனையை காட்டிக்கொடுக்க - நிஜந்தன் அதை இனம் பிரிப்பதற்குள்,

பார்வை கட்டிலின் மேலிருந்த தலையணைக்குப் பக்கத்தில் போயிற்று.

'என்ன அது...?'

போய் எடுத்தான்.

சுண்டுவிரல் சைஸுக்கு ஒரு பொம்மை. ஏதோ ஒரு மாவால் செய்யப்பட்ட பெண் பொம்மை. வாய், மூக்கு, கண்கள் மையால் வரையப்பட்டு கறுப்புத்துணியை பாவாடை மாதிரி கட்டியிருந்தார்கள்.

உடம்பின் இருதய மையத்திலும் தலையின் மையத்திலும் - கூர்மையான கருவேல முட்கள் சொருகப்பட்டிருந்தன.

அந்த பொம்மையைப் பார்த்துக் கொண்டிருக்கும் போதே-

நிஜந்தனுக்கு கண்கள் சொருகியது. மார்பு அடைத்துக் கொண்ட மாதிரி ஒரு அவஸ்தை. சமாளித்து நிற்க முயன்று முடியாமல் கட்டிலுக்கு பக்கத்திலேயே மல்லாந்து விழுந்தான்.

10

"தம்பி... தம்பி..." காதருகே குரல் கேட்டு - சிரமப்பட்டு கண் விழித்தான் நிஜந்தன். வெண்டிலேட்டரின் சதுரங்களில் - சூரிய வெளிச்சம் பளீரென்று தெரிந்தது. ஒரு காகம் கரைந்து கொண்டிருந்தது.

"என்னங்க... தம்பி... இது...! கட்டில்ல படுக்காமே... தரையில படுத்திட்டிருக்கீங்க...?" வாட்ச்மேன் சாத்தய்யன் உசுப்ப, நிஜந்தன் எழுந்து உட்கார்ந்தான். திருதிருவென்று விழித்துக் கொண்டே சுற்றும்முற்றும் பார்த்தான்.

"என்ன தம்பி பாக்கறீங்க...?"

நிஜந்தனின் பார்வை தலையணைக்குப் பக்கத்தில் போயிற்று.

அந்த மாவு பொம்மையைக் காணோம்.

"தம்பி... என்னாச்சு... உங்களுக்கு?"

"ஒண்ணுமில்ல...! கட்டில்லதான் படுத்திருந்தேன்... தூக்க கலக்கத்துல கீழே விழுந்துட்டேன் போலிருக்கு..."

"இந்தாங்க... துப்பாக்கியும் டார்ச் லைட்டும்... கட்டிலுக்கு கீழே கிடந்துச்சு..."

அதை வாங்கிக் கொண்டே எழுந்து நின்றான்.

"பெரியவரே!"

"என்ன தம்பி...?"

"இங்க ஒரு மாவு பொம்மை இருந்தது பார்த்தீங்களா?"

“மாவு பொம்மையா...?”

“ம்...?”

“பார்க்கலையே...?”

நிஜந்தன் அறைக்கு வெளியே வந்து - மாடிப்படிகள் வரை தரையை குனிந்தபடியே பார்த்துப் போனான். ராத்திரி தென்பட்ட ரத்தத்துளிகளில் ஒரு துளிகூட இப்போது தட்டுப்படவில்லை.

சாத்தய்யன் கேட்டான்.

“என்ன தம்பி பாக்கறீங்க...?”

“ஒண்ணுமில்ல”

“ராத்திரி ஏதாச்சும் கனா கண்டீங்களா...?”

நிஜந்தன் யோசித்துப் பார்த்தான். ‘ராத்திரி நடந்த சம்பவங்கள் கனவா...? இல்லை நிஜமா...?’

நிஜம்தான் என்று தீர்க்கமாய் மனசுக்குத் தோன்றினாலும் அதை வெளிக்காட்டிக் கொள்ளாமல் சாத்தய்யனைப் பார்த்து மெதுவான குரலில் சொன்னான்.

“ஆமா... கனவுதான்...?”

அவன் சிரித்தான்.

“போங்க தம்பி... போய் குளிச்சுட்டு வந்து ஏதாவது சாப்பிடுங்க... ராத்திரி பூராவும் நீங்க சரியா தூங்கலை போலிருக்கு... கண்ணு ரெண்டும் செக்க செவேன்னு செவந்து கிடக்கு...”

நிஜந்தன் எழுந்து சூட்கேஸைத் திறந்து - பேஸ்ட், பிரஷ், டவல் சோப் எடுத்துக்கொண்டு பங்களாவின் பின்பக்கமிருந்த கிணற்றை நோக்கிப் போனான். ராத்திரி நடந்த சம்பவங்கள் மனசுக்குள் மறுபடியும் ஊர்வலம் போயிற்று.

மாடியறையில் யாரோ நடந்த சத்தம்.

சமாதியின் மேல் உட்கார்ந்திருந்த அந்த உருவம்.

மாடிப்படிக்கட்டுகளில் இருந்து - தன் அறை வரைக்கும் துளித்துளியாய் சிந்திக்கொண்டு போயிருந்த ரத்தத் துளிகள்.

அந்த மாவு பொம்மை.

பொம்மையைப் பார்த்துக் கொண்டிருக்கும் போதே - கண்கள் சொருகி மயங்கி விழுந்தது.

கிணற்றுக்குப் போகும் வழியில் சமாதி குறுக்கிட நின்றான். நேற்று இரவு சமாதியின் காரை வெடிப்புகளில் - ரத்தம் உறைந்து போயிருந்ததே...? இப்போதும் அந்த ரத்தக்கறைகள் இருக்கிறதா என்று பார்க்கலாமா?

பார்த்தான்.

எந்த காரை வெடிப்பிலும் ரத்தம் காய்ந்த அறிகுறியே இல்லை

'இதெல்லாம் எப்படி சாத்தியம்...?'

'ராத்திரி நடந்த விஷயங்கள் நிஜமாகவே ஆவி சமாச்சாரங்கள் தானா? இல்லை... என்னை பயப்படுத்துவதற்காக... யாராவது செய்த சில்மிஷமா...?'

சமாதியை பார்த்துக் கொண்டு நின்றான் நிஜந்தன்.

மனசுக்குள் உலக மகா குழப்பம்.

11

குளித்து முடித்து, ஊருக்குள் கிளம்பி ஒரு டீக்கடையில் இட்லியும் ஆப்பத்தையும் மிளகாய்ப்பொடி நல்லெண்ணையில் நனைத்து விழுங்கிவிட்டு பஞ்சாயத்து தலைவர் பெத்தராஜாவின் வீட்டிற்கு வந்தான் நிஜந்தன்.

வீட்டில் அவர் இல்லை.

மஞ்சுளா மட்டும் இருந்தாள். நேற்றைக்குவிட இன்றைக்கு அழகாக இருந்தாள்.

"வாங்க... ஸார்..." ஒரு நாற்காலியை எடுத்து போட்டாள்.

"அப்பா இல்லையா...?"

"உறவுல ஒரு கெட்ட காரியம் நடந்துபோச்சு. திருமயம் வரைக்கும் போயிருக்கார்..."

"எப்போ வருவார்...?"

"எப்படியும் பொழுது சாய்ஞ்சுடும்..."

"சரி... நான் நாளைக்கு வந்து பாக்கறேன்..."

"அப்பாவை எதுக்காக பாக்க வந்தீங்கன்னு...?"

"ஒண்ணுமில்லை... அந்த குரங்குதுரை பங்களாவைப் பத்தின சில சந்தேகங்களை அவர்கிட்டே கேக்கணும்..."

மஞ்சுளா சிரித்தாள். "என்கிட்டே அந்த சந்தேகங்களைக் கேட்கக் கூடாதா... ஸார்...?"

"உனக்கு அந்த பங்களாவைப் பத்தி தெரியுமா?"

"எங்கப்பாவுக்கு என்னென்ன தெரியுமோ... அதெல்லாமே... எனக்கும் தெரியும்..."

"குரங்குதுரையோட... மனைவி... வருஷத்துக்கு ஒரு தடவை இந்த பங்களாவுக்கு வர்றதா கேள்விப்பட்டேன். அது உண்மையா...?"

"ஆமா..."

"அவங்க வருஷத்துல எப்ப வருவாங்க...?"

மஞ்சுளா யோசித்துவிட்டு – "ஜூன் மாசம்தான் வருவாங்க... ஆனா என்ன தேதின்னு தெரியாது. வந்ததும் கொஞ்ச நேரம்தான் இருப்பாங்க. உடனே போயிடுவாங்க..."

"அப்பாவை பாக்க வருவாங்களா...?"

"ரெண்டு வருஷத்துக்கு முந்தி வரைக்கும் வந்துட்டிருந்தாங்க... அப்புறம் வர்றதில்லை. மதுரையில தங்கிகிட்டு கார்ல வருவாங்க... பங்களாவுக்கு போய் ரெண்டு மணி நேரம் இருந்துட்டு போயிடுவாங்க..."

"குரங்குதுரையோட மனைவியை நீ பார்த்திருக்கியா?"

"பார்த்திருக்கேன்..."

"அவங்க பேரென்ன?"

"நான்ஸி மார்க்கரெட்... குரங்குதுரைக்கு அவங்க மூணாவது சம்சாரம்... துரை இறக்கும்போது அந்த அம்மாவுக்கு பதினெட்டு வயசு. இப்போ அம்பத்தெட்டு வயசு... ஆனா இந்த வயசிலும் அழகாயிருப்பாங்க... பார்க்கிறவங்க அம்பத்தெட்டு வயசுன்னு சொல்லவே முடியாது..."

"குரங்குதுரை இறந்ததுமே... நான்ஸிமார்க்கரெட் மறுகல்யாணம் பண்ணிக்கிட்டாங்களா...?"

"பண்ணிக்கிட்டாங்க... ஆனா ரெண்டு பேர்க்கும் ஒத்து வரலை... விவகாரத்து வாங்கிகிட்டு பிரிஞ்சிட்டாங்க..."

"நான்ஸி மார்க்கரெட்டுக்கு குழந்தைங்க...?"

"இல்லை..."

"உனக்கு நிச்சயமா தெரியுமா...?"

"அப்பா சொல்லித்தான் எனக்குத் தெரியும்..."

"அந்த பங்களாவில் துரையோட ஆவி இருக்குன்னு... சொல்றதை நீ நம்பறியா..."

"ஊரே நம்புது... நான் நம்பாமே இருக்க முடியுமா? ஸார்..! நீங்க... ஆராய்ச்சி, கீராய்ச்சின்னு சொல்லிகிட்டு அந்த பங்களாவில் தங்கறதுகூட எனக்கு பிடிக்கலை... ஊரு உலகத்துல ஆராய்ச்சி பண்ண உங்களுக்கு இடமா இல்லை..."

நிஜந்தன் புன்னகைத்தான். "நேத்து ராத்திரி அந்த பங்களாவில் நான் மட்டும் தனியாத்தான் இருந்தேன். ஆவி என்னை ஒண்ணும் பண்ணலையே?"

"இதுக்கு முந்தி ஆராய்ச்சி பண்ண வந்தவர்கூட மொத ஆறுநாள்... நல்லாத்தான் இருந்தார். அதுக்கப்புறம் தான்... ரத்தம் கக்கி செத்துப் போனார்."

"சரி... இதுக்கு முன்னாடி, அந்த பங்களாவுக்குப் போனவங்க எத்தனை பேர் செத்துப் போயிருக்காங்க...?"

"நாலைஞ்சு பேர்..."

"யார்... யாரு?"

"சில வருஷங்களுக்கு முந்தி முதல் முதலா செத்த ஆளு பேர் வீராச்சாமித் தேவர். குரங்குதுரை உயிரோட இருந்தப்ப - அவர்கிட்டே துபாஷா வேலை பார்த்தவராம்..."

"சரி... அப்புறம்...?"

"அழகு பாண்டி..."

"அது யாரு...?"

"வீராச்சாமியோட மச்சினன்..."

"அப்புறம்...?"

"ஒரு இன்ஸ்பெக்டரு... வீராச்சாமியும், அழகுபாண்டியும் துரை பங்களாவில் செத்துக் கிடந்ததை விசாரிக்க... இந்த கிராமத்துக்கு வந்து டேரா போட்டாரு... ஒரு ராத்திரி நேரம் பங்களாவுக்குள்ள

போனாரு... மறு நா காலையில பொணமா கிடந்தாரு... அதுக்கப்புறம் அஞ்சாறு வருஷம் எதுவுமே நடக்கலை... திடீர்ன்னு ஒரு நா... சாயந்தர நேரம்... ஆட்டைக் காணோம்ன்னு... பங்களா பக்கம்... தேடிகிட்டு போன வயசு பொண்ணு ஒருத்தியை அந்த ஆவி காவு வாங்கிடுச்சு..."

"கடைசியா செத்தது... ஆராய்ச்சிக்காக வந்தவர் இல்லையா?"

"ஆமா... ஸார்..."

"அஞ்சு பேருமே ரத்தம் கக்கித்தான் செத்திருக்காங்க?"

"ஆமா."

"ஊர் ஜனங்கள்ல யாராவது அந்த குரங்குதுரை ஆவியை பார்த்திருக்காங்களா...?"

"இல்லை..."

"நீ என்ன படிச்சிருக்கே...?"

"காரைக்குடியில ஸ்கூல் படிப்பு வரைக்கும்..."

"படிச்ச பொண்ணு நீ... ஆவி இருக்கு... பேய் இருக்குன்னு ஊர் ஜனங்க சொல்றதை நீ நம்பலாமா...?"

"நம்பற மாதிரி தானே காரியங்கள் நடந்துட்டிருக்கு ஸார்... அந்த பங்களாவில் ரத்தம் கக்கி செத்துப் போனவங்களோட பிரேத பரிசோதனை ரிப்போர்ட்ஸைப் படிச்சுப் பார்த்தா ஒரு உண்மை தெரியும் ஸார்..."

"என்ன உண்மை...?"

"செத்தவங்க அஞ்சு பேரும் இயற்கையான முறையில மரணம் அடைஞ்சிருக்காங்க.... அதாவது இருதயத்துக்குப் போகிற ரத்தக் குழாய் தானா வெடிச்சு... வாய்வழியா ரத்தம் கொட்டி செத்திருக்காங்க... மனுஷ தாக்குதல் சாத்தியமில்லை. ஒரு கைரேகைப் பதிவுகூட கிடைக்கலை... நேர்ந்த மரணங்கள் அமானுஷ்யமானவைன்னு டாக்டர்ஸே சொல்லியிருக்காங்க... ஒரு டாக்டர் ரெண்டு டாக்டர் இல்ல ஸார்... பம்பாயிலிருந்து இதுக்காக ஸ்பெஷலா வந்த டாக்டர் குழுவே சொல்லியிருக்காங்க..."

“செத்துப்போன... முதல் ஆள் பேரு என்னன்னு சொன்னே...?”

“வீராசாமி தேவர். துரைகிட்டே துபாஷா வேலை பார்த்தவர். ஆரேழு பாஷை தெரிஞ்சு வெச்சிருந்தார். இங்கிலீஷ் நல்லா பேசுவார்... துரை செத்துப்போய்... நான்ஸி மார்க்கரெட் ஊருக்குப் போனதும் அவருக்கு அந்த பங்களாவில் வேலை இல்லாமே போயிருச்சு... துரை மான்யமா குடுத்த பத்து ஏக்கர் நிலத்துல விவசாயம் பார்த்துக்கிட்டிருந்தார்... திடீர்னு ஒருநா அந்த பங்களா ஹால்ல ரத்தம் கக்கி செத்து கிடந்தார்...”

நிஜந்தன் எழுந்தான்.

“என்ன புறப்பட்டுட்டீங்க...?”

“நாளைக்கு காலையில வந்து அப்பாவை பாக்கறேன்...”

“ஸார்...”

“என்ன...?”

“அந்த பங்களாவில அவசியம் நீங்க தங்கத்தான் வேணுமா...?”

“ஆமா...”

“வேண்டாமே...!”

“எனக்கு இந்த ஆவி பேய் இதிலெல்லாம் நம்பிக்கையே இல்லை... இது பேய்களோட விவகாரமில்லை. சில மனித நாய்களோட விவகாரம்...”

நிஜந்தன் சொல்லிவிட்டு வெளியே வந்து கிராமத்து தெருவில் இறங்கி நடந்தான். சற்றுமுன் மஞ்சுளா சொன்ன விஷயங்களை அசை போட்டுக் கொண்டே கருவேலங்காட்டுக்குள் நுழைந்து பத்து நிமிஷ நேரம் நடந்து பங்களாவின் காம்பௌண்ட் கேட்டை நெருங்கியபோது ஆச்சர்யப்பட்டான்.

ஒரு கார் நின்றிருந்தது.

ஆர்வமாய் சாத்தப்பனை நெருங்கினான் நிஜந்தன்.

“யாரோட கார் இது...?”

“தம்பி குரங்குதுரையோட சம்சாரம் வந்திருக்காங்க...”

"யா... யார், நான்ஸி மார்க்கரெட்டா...?"

"ஆ...மா..."

"எப்போ வந்தாங்க...?"

"ஒரு பத்து நிமிஷமாச்சு..."

"வழிதான் இல்லையே...? கார் எப்படி வந்தது...?"

"கல்லல் கிராமத்திலிருந்துதான்... இங்கே வர்றதுக்கு வழி கிடையாது. ஆனா கானாடுகாத்தான் கிராமத்திலிருந்து ஒரு மாட்டு வண்டி தடம் இருக்கு... துரையோட சம்சாரம் எப்ப வந்தாலும் அந்த வழியாத்தான் வருவாங்க..."

"நான் இங்கே தங்கியிருக்கிறதைப் பத்தி சொன்னீங்களா?"

"சொல்லியிருக்கேன்"

"என்ன சொன்னாங்க...?"

"ஒண்ணும் சொல்லலை. பேசாம போயிட்டாங்க..."

"வழக்கமா அவங்க ஜூன் மாசம்தானே வருவாங்க... இப்ப என்ன திடீர்னு...?"

"தெரியலைங்க தம்பி...! நான் சம்பள ஆள்... வர்ற முதலாளியம்மாவை எதுக்காக வந்தீங்கன்னு கேக்க முடியுமா?"

நிஜந்தன் உள்ளே போனான்.

ஹாலின் கோடியில் ஒரு உடைந்த ஜன்னலுக்குப் பக்கத்தில் நின்றுகொண்டு-பங்களாவின் பின்பக்கத்தை வெறித்துப் பார்த்துக் கொண்டிருந்த அந்த வெள்ளைக்காரி பார்வைக்கு சிக்கினாள்.

ரோஜாநிற கவுன். சற்று புஷ்டியான உடம்பு. பொன்னிறக் கூந்தல். உடம்பின் பின்பகுதி ஒரு இளம் பெண்ணை ஞாபகப்படுத்தினாலும் முன் பகுதியும் முகமும் அவளுடைய வயதை அப்பட்டமாய் சொன்னது.

தன்னை நோக்கி வருகின்ற நிஜந்தனை தன் தேன் நிறக் கண்களால் நெற்றி சுருங்கப் பார்த்தாள். நிஜந்தன் புன்னகையோடு நெருங்கினான்.

"ஐ'ம் நிஜந்தன் ஃப்ரம் மெட்ராஸ்... ஹிஸ்டரி ஸ்காலர்"

“சாத்தய்யன் டோல்ட்... மீ. க்ளாட் டூ மீட்... யூ...”

க்ளவுஸ் அணிந்த கையால் நிஜந்தனின் கையைப் பற்றி குலுக்கினாள் நான்ஸி மார்க்கரெட்

நிஜந்தன் தொடர்ந்து ஆங்கிலத்தில் பேசினான். “அற்புதமான இந்த பங்களாவை சிதலமடைந்த நிலையில் பார்க்கும்போது மனதிற்கு மிகவும் கஷ்டமாக இருக்கிறது...”

நான்ஸி புன்னகைத்தாள்.

“உங்களுக்குள்ள வருத்தம்தான் எனக்கும்...! ஆனால் இந்த பங்களாவை என்னால் நிர்வகிக்க முடியவில்லை...”

“உங்களால் நிர்வகிக்க முடியவில்லையென்றால் பங்களாவை ஒரு நல்ல பார்ட்டிக்கு விற்றுவிடலாமே...?”

“அதற்கான முயற்சிகளில் ஈடுபடத்தான் இப்போது இந்தியாவுக்கு வந்திருக்கிறேன்... வாரம் பத்து நாட்களானாலும் மதுரையில் தங்கி - வியாபாரத்தை முடித்துக்கொண்டு போவதில் ஆர்வமாக உள்ளேன்”

இருவரும் மெதுவாய் ஹாலில் நடந்தார்கள்.

“இந்த பங்களாவைப் பற்றிய புரளிகள் உங்களுக்குத் தெரியுமா...?”

“தெரியும்... என் கணவருடைய ஆவி இங்கே இருப்பதாகவும்... ஐந்து பேரை கொன்று விட்டதாகவும் பேசிக் கொள்கிறார்கள். இந்திய மக்கள் அதிலும் தமிழ்நாட்டு மக்கள் ஆவி பேய் விவகாரங்களில் அசாத்திய நம்பிக்கை கொண்டவர்கள். இந்தக் கதையை யார் பரப்பிவிட்டார்கள் என்பதே தெரியவில்லை...”

“இறந்துபோன ஐந்து பேர்களுடைய போஸ்ட்மார்ட்டம் ரிப்போர்ட்டில் மரணங்கள் இயற்கையானவைன்னு சொல்லப்பட்டிருக்கு. நடைபெற்றது கொலைகள் அல்ல என்கிற முடிவுக்கு வரும்போது, ஐந்து பேரும் ஒரே மாதிரி எப்படி இறந்திருக்க முடியும்...?”

“அதுவும் குழப்பம்தான்.” மெல்லிய குரலில் சொன்ன நான்ஸி - நின்று நிஜந்தனை ஏறிட்டாள்.

“மிஸ்டர் நிஜந்தன்...! இந்த ஆவி விவகாரத்தில் உங்களுக்கு நம்பிக்கை உண்டா...?”

"இல்லை..."

"உங்களிடம் ஒரு விஷயம் சொல்லட்டுமா?"

"என்ன?"

"என் கணவர் உயிரோடு இருக்கும்போது, என்னிடம் அவர் அடிக்கடி 'நான்ஸி! நான் இறந்து போனாலும்கூட என்னுடைய ஆத்மா இந்த பங்களாவுக்குள்ளேயே தான் இருக்கும்.' என்று சொல்வார். ஒருவேளை அவர் சொன்னபடி இந்த இடத்தில் ஆவியாய் திரிகிறாரோ என்னவோ...! அதுவும் அவருடைய மரணம் இயற்கையான மரணமில்லை. எதிரிகளால் இரண்டு துண்டாக வெட்டப்பட்டு உத்திரத்தில் தொங்கியவர். அகால மரணமடைந்தவர்கள் துஷ்ட ஆவிகளாக - மூர்க்கத்தனத்தோடு இருப்பார்கள் என்று 'ஸ்பிரிட்' பற்றிய புத்தங்களில் படித்திருக்கிறேன்."

"கொலையுண்டவர்களெல்லாம் துஷ்ட ஆவிகளாக மாறி, பழிக்குப் பழி வாங்குவதாக இருந்தால், கொலையாளியை தண்டிக்க கோர்ட் எதற்கு?"

"நல்ல கருத்துதான்...! மிஸ்டர் நிஜந்தன்! நேற்று இரவு நீங்கள் இந்த பங்களாவில் தானே தங்கினீர்கள்...?"

"ஆமாம்..."

"ஏதாவது அசம்பாவிதத்தை உணர்ந்தீர்களா...?"

ராத்திரி நடந்த சம்பவங்களை சொல்லலாமா என்று யோசித்து பிறகு வேண்டாம் என்று முடிவு செய்து தலையாட்டினான்.

"இல்லை..."

இருவரும் அறைக்குள் நுழைந்தார்கள். நான்ஸி அங்கிருந்த கட்டிலில் உட்கார்ந்தபடியே கேட்டாள்.

"எந்த காரணத்தை வைத்து இந்த பங்களாவை ஆராய்ச்சிக்கு எடுத்துக் கொண்டீர்கள்...?"

"பழமையான பங்களா?"

"அதுதான் காரணமா...?"

"ஆங்கில துரைகளில் உங்களுடைய கணவர் சிறிது வித்தியாசமானவர். முழுக்க முழுக்க கிராமத்திலேயே தங்கியிருந்தவர்.

அவரைப் பற்றிய தகவல்கள் ஒரு பெரிய ஆராய்ச்சிக் கட்டுரைக்கு... உதவியாக இருக்கும் என்கிற காரணமும் ஒன்று..."

"நீங்கள் பொய் சொல்கிறீர்கள்... மிஸ்டர் நிஜந்தன்"

"பொய்யா...?"

"எஸ்... நீங்கள் ஒரு க்ரைம்பிராஞ்ச் போலீஸ் ஆபீஸர் சரியா...?"

நிஜந்தன் திடுக்கிட்டு நான்ஸியைப் பார்க்க - அவள் லிப்ஸ்டிக் பூசிய உதடுகளை புன்னகையில் விரித்தாள்.

"உங்க டிபார்ட்மெண்ட் அடையாள அட்டையை இவ்வளவு கவனக்குறைவாக கீழே தவற விட்டுட்டு போலாமா...?" தன் கையில் வைத்திருந்த பட்டாம்பூச்சி பையை பிரித்து - ப்ளூ ஐடென்டிஃபிகேஷன் கார்டை எடுத்து அவன் முன்னால் நீட்டினாள்.

"இ...இது உங்களுக்கு...?"

"உங்களுடைய அறைக்குள் நுழைந்ததுமே, கட்டிலுக்குக் கீழே கிடந்த இந்தக் கார்டுதான் என் பார்வைக்குக் கிடைத்தது..."

நிஜந்தன் அந்தக் கார்டை வாங்கிக்கொள்ள - நான்ஸி கேட்டாள். "எதற்காக இந்த பொய்?"

"இந்த பங்களாவிற்கு வந்து இறந்துபோன ஹிஸ்டரி ஸ்காலர் முரளிதரனின் மரணத்தில் எனக்கு சந்தேகம் ஏற்பட்டது."

"உண்மையான குற்றவாளி யார் என்பதை கண்டுபிடிக்க - நீங்கள் இங்கே வந்திருக்கிறீர்கள்...?"

"ஆமாம்..."

"இப்படி வந்து தனியாக தங்குவது விஷப்பரீட்சை இல்லையா...?"

"பரீட்சையில் பாஸ் செய்ய முடியும் என்று நம்பிக்கை எனக்கு இருக்கிறது. இன்னும் ஒரு வார காலம். இந்த பங்களாவில் தங்கினால் போதும்... என்னால் உண்மைகளை வெளிச்சத்திற்கு கொண்டு வர முடியும்..."

"உங்கள் துணிச்சலுக்கு என்னுடைய பாராட்டுக்கள்."

"உங்கள் பாராட்டோடு... ஒத்துழைப்பும் வேண்டும்..."

"ஒத்துழைப்பு...? எந்த வகையில்?"

"உங்களுடைய கணவரைப் பற்றி சில விபரங்கள் வேண்டும்"

"கேளுங்கள்... என்னால் முடிந்த தகவல்களை தருகிறேன்"

"உங்கள் கணவர் இரண்டு துண்டாக வெட்டிக் கொல்லப்பட்டார் இல்லையா...?"

"ஆமாம்..."

"அவர் அப்படி கொல்லப்பட்டதற்கு என்ன காரணம்?"

"அதற்கான காரணம் இன்றுவரை எனக்குத் தெரியாது..."

"அவர்க்கு அப்போதைய விரோதிகள் யார்...?"

"மிஸ்டர் நிஜந்தன்! என் கணவர் இறக்கும்பொழுது எனக்கு வயது பதினெட்டு இப்போது எனக்கு ஐம்பத்தெட்டு. இந்த நாற்பது வருட காலத்தில் என் வாழ்க்கையில் எத்தனையோ மாற்றங்கள். அதற்குப் பின் நான் இரண்டு பேர்களை மணந்து கொண்டேன். எனக்கு குழந்தை பிறக்கவில்லை என்கிற காரணத்துக்காக - நான் விவகாரத்து செய்யப்பட்டேன். என் வாழ்வில் இன்பங்களைக் காட்டிலும் துன்பங்களே அதிகம். மெக்கன்ஸி எதற்காக அவ்வளவு குரூரமாக கொலை செய்யப்பட்டார் என்கிற விபரம் எனக்குத் தெரியாது"

"சரி... உங்கள் கணவரிடம் துபாஷாக வேலை பார்த்த வீராச்சாமித் தேவரை உங்களுக்கு ஞாபகம் இருக்கிறதா...?"

"இருக்கிறது..."

"இந்த பங்களாவில் ரத்தம் கக்கி இறந்து போன ஐந்து பேர்களில் அந்த வீராச்சாமி தேவரும் ஒருவர்... தெரியுமா?"

"தெரியும்..."

"உங்கள் கணவரிடம் துபாஷாக இருந்தவர்... இந்த பங்களாவிலேயே அவ்வளவு கொடூரமாய் இறந்து போனதற்கு என்ன காரணம் இருக்க முடியும் என்று நினைக்கிறீர்கள்...?"

"எனக்குத் தெரியவில்லை"

"வீராச்சாமி தேவர்க்கு அடுத்தபடியாக - அழகு பாண்டி என்கிற நபர் அதே மாதிரி இறந்து போயிருக்கார், அந்த ஆள் யார்...?"

"தெரியாது..."

வாசற்படிகளில் யாரோ வரும் சத்தம் கேட்டது.

இருவரும் திரும்பினார்கள்.

வாட்ச்மேன் சாத்தய்யன் உள்ளே வந்தான். நான்ஸியை தயக்கமாய் நெருங்கி கேட்டான்.

"அம்மா மத்தியானம் தானே புறப்படுவீங்க...?"

"ஆம்மா..."

"மீல்ஸ் கொண்டு வரட்டுமா...?"

"சப்பாடு...?"

"சப்பாடு... இல்லேம்மா...? சாப்பாடு..."

"கொண்ட்... வா... மிஸ்டர் நிஜண்டனுக்கும் சேத்து... நறைய... கொண்ட்... வா..."

"நான் போய் வீட்ல சொல்லி, தயார் பண்ணி கொண்டு வர்றேம்மா..."

"கொளி வேணும்..."

"சிக்கன்...?"

"ம்..."

சாத்தய்யன் நகர்ந்தான். நிஜந்தன் அவளை ஆச்சர்யமாய்ப் பார்த்தான். "உங்களுக்குத் தமிழ் தெரியுமா...?"

"கெஞ்சம்... கெஞ்சம்..."

"நாட் கெஞ்சம் கொஞ்சம்..."

"அ... கொஞ்சம்..."

நிஜந்தன் சிரித்துவிட்டு கேட்டான்.

"மதுரையில், எங்கே தங்கியிருக்கிறீர்கள்...?"

"அசோகா ஹோட்டல்"

"இங்கிருந்து எத்தனை மணிக்கு கிளம்புவீர்கள்?"

"மத்தியானம் மூன்று மணிக்கு மேல்..."

"வழக்கமாய் நீங்கள் இங்கே வந்தால் இரண்டு மணி நேரம்தான் தங்குவீர்களாமே... உண்மையா?"

“ஆமாம்... ஆனால் இன்றைக்கு... ஆறுமணி நேரம் தங்கப் போகிறேன்... அப்படி தங்குவதற்கு ஒரு காரணமும் இருக்கிறது...”

“என்ன காரணம்...?”

“என் கணவர் மெக்கன்ஸி இன்றைக்கு இறந்த தினம்”

12

நிஜந்தனின் விழிகள் விரிந்தன.

"இன்றைக்கு மெக்கன்ஸி இறந்த தினமா?"

"ஆமாம்... சரியாய் நாற்பது வருஷங்களுக்கு முன்னால் இதே தேதியில்தான் அவர் கொல்லப்பட்டார். ராத்திரியில் அவர் உடல் இரண்டு துண்டாக வெட்டப்பட்டு, இந்த ஹாலில் உத்திரத்தில் தொங்கவிடப்பட்டார். அவருடைய இறந்த தினமான இன்றைக்கு... அவர் வாழ்ந்த பங்களாவில் இருக்கவேண்டும் என்பதற்காக இங்கே வந்தேன். அந்த போட்டோவைப் பார்த்தீர்களா...?"

நான்ஸி எதிர்ப்புற சுவரைக் காட்ட - நிஜந்தன் பார்வையை அங்கே கொண்டு போனான்.

மெக்கன்ஸியின் போட்டோ சுத்தமாய் – தூசி இருந்த ஒட்டடை இல்லாமல் 'பளிச்' சென்று இருந்தது. கழுத்தில் ரோஜா மாலை.

"வருடா வருடம் இந்த தேதியிலும் நீங்கள் இங்கே வருவீர்களா?"

"இல்லை இப்போதுதான் முதல் தடவை..."

நிஜந்தன் குரங்குதுரையின் போட்டோவை மறுபடியும் பார்த்தான். காலர் இல்லாத கருநீல நிற கோட். அதே நிறத்தில் பேண்ட். கழுத்தில் வெள்ளை வெளேரென்று போ, கோட் பாக்கெட்டில் குத்தி வைத்த தங்க நிற பேனா முகம் மட்டும் பாதி குரங்குத்தனமாய் தெரிந்தது. உள்ளடங்கிய மூக்கில் நாசி துவாரங்கள் எடுப்பாய்க் காணப்பட - சதைப்பிடிப்பு இல்லாத உதடுகளுக்கு மத்தியில் வாய் - ஒரு கோடு மாதிரி தெரிந்தது.

நான்ஸி தொடர்ந்து பேசினாள். "அவர் அழகில்லாதவர்தான். முகம் குரங்குத்தனமாய் இருந்தாலும் எனக்கு அவரைப் பிடித்திருந்தது. அவர் எவ்வளவு கோபமாய் இருந்தாலும் சரி... நான் பேசினால் உடனே சமாதானமாகி விடுவார். பியானோ வாசிப்பதில் கெட்டிக்காரர்... பௌர்ணமி ராத்திரிகளில் அவர் விடிய விடிய பியானோ வாசிப்பார். நான் தூங்காமல் கேட்பேன்."

நான்ஸி மெக்கன்ஸியைப் பற்றி பேசிக் கொண்டே போனாள். சாத்தய்யன் ஒரு மணி சுமாருக்கு கேரியரில் சாப்பாட்டை கொண்டு வருகிற வரைக்கும் குரங்குதுரையோடு தான் வாழ்ந்த நாட்களைப் பற்றி பேசினாள். சாப்பிடும் போதும் பேசினாள்.

சாப்பாட்டை முடித்துக்கொண்டு - பங்களாவை மறுபடியும் ஒரு தடவை சுத்திப் பார்த்துவிட்டு - நிஜந்தனிடம் கைகுலுக்கி விடைபெற்றுக் கொண்டு வெளியே நின்றிருந்த கார்க்கு வந்தாள்.

"மிஸ்டர் நிஜந்தன்! நான் மதுரையில் இன்னமும் ஒரு வாரம் பத்து நாள் தங்கியிருப்பேன். அந்த ஐந்து பேர்களின் மரணங்களுக்குப் பின்னால் இருக்கும் உண்மைகளை. வெளிச்சத்திற்கு கொண்டு வரும்போது - எனக்கு தகவல் கொடுங்கள்..."

"கண்டிப்பாய்..."

கார்க்குள் ஏறி உட்கார்ந்தாள்.

"இது யாருடைய கார்...?"

"மதுரையில் இருக்கும்... என் பேனா நண்பர் ஒருவரின் கார். இங்கே எப்போது வந்தாலும் அவருடைய கார் என் கைக்கு வந்து விடும்..."

இக்னிஷியனை உசுப்பினாள்.

"கக்...கக்...கக்" கார் கனைத்துவிட்டு அமைதியானது. மறுபடியும் சாவியைத் திருகி - இக்னீஷியனை உசுப்பினாள்.

"கக்...கக்...கக்..."

எஞ்சின் அணைந்து போயிற்று.

தொடர்ந்து - இக்னீஷியன் உசுப்பிப் பார்த்துவிட்டு - சலித்து போய் கீழே இறங்கினாள். காரின் முன் பக்கமாய் வந்து - பானட்டை திறந்து பார்த்துவிட்டு உதட்டைக் குவித்தாள்.

“ஓ... மை குட்னஸ்...”

“என்னாயிற்று...?” தள்ளி நின்றிருந்த நிஜந்தன் அருகில் வந்தான்.

“ஃபேன் பெல்ட் அறுந்து கிடக்கிறது...”

பானெட்டுக்குள் எட்டிப் பார்த்தான் நிஜந்தன். காரின் உள்ளுறுப்புகளுக்கு மத்தியில் ஃபேன் பெல்ட் அறுந்து தொங்கிக் கொண்டிருந்தது.

“உங்களிடம் பெல்ட் ஸ்பேர் இல்லையா...?”

“இல்லையே...”

“மதுரையிலிருந்து வரும்போது கார் ஏதாவது மக்கர் பண்ணியதா...?”

“இல்லை...”

“திடீரென்று ஃபேன் பெல்ட் எப்படி அறுந்து போகும்...?”

“ஆச்சர்யமாக இருக்கிறது...”

“இனி புதியதாய் ஃபேன் பெல்ட் வாங்க வேண்டுமென்றால் காரைக்குடிக்குத்தான் போக வேண்டும்... சாத்தய்யனை அனுப்பி வாங்கி வரச் சொல்லலாமா...?”

“வேறு வழி...?”

நிஜந்தன் திரும்பிப் பார்த்து, சாத்தய்யனை கூப்பிட்டான். அவன் ஓடிவந்தான். “கார் ஃபேன் பெல்ட் வேணும் பக்கத்துல எங்கேயாவது கிடைக்குமா...?”

“பக்கத்துல கிடைக்காது தம்பி... காரைக்குடிக்குத்தான் போயாகணும்...”

“நீங்க போய் வாங்கிட்டு வந்துடறீங்களா”

“ம்...”

“போய்ட்டு வர... எவ்வளவு நேரமாகும்...?”

“காரைக்குடிக்கு போற பஸ் உடனே கிடைச்சா போய்ட்டு ரெண்டு மணி நேரத்துல வந்துடுவேன்...”

பணத்தை வாங்கிக் கொண்டு - நிஜந்தன் குறித்து கொடுத்த ஃபேன். பெல்ட்டின் அளவை வாங்கியபடி சாத்தய்யன் கருவேலங்காட்டுக்குள் நுழைந்தான்.

நான்ஸி தலைமேல் கையை வைத்துக்கொண்டு - காம்பௌண்ட் கேட்டுக்கு பக்கத்தில் இருந்த ஸ்டூலின் மேல் உட்கார்ந்தாள்.

"கார் இப்படி பழிவாங்கும் என்று நினைக்கவில்லை..."

"திடீர் என்று பெல்ட் அறுந்து போனது ஆச்சர்யம். ஒருவேளை காரை இங்கே கொண்டு வந்து நிறுத்துகிற சமயத்தில் பெல்ட் அறுந்திருக்கலாம்..."

"சாத்தய்யன் வருகிற வரைக்கும் என்ன செய்வது?"

"பேசிக்கொண்டிருக்கலாம்..." பொதுவான விஷயங்களைப் பற்றி பேச ஆரம்பித்தார்கள். நேரம் நகர்ந்தது.

மணி 3.30

நிஜந்தன் உள்ளே போய் டீ தயாரித்து கொண்டு வந்தான்.

குடித்தார்கள். மறுபடியும் பேச்சு.

நேரம் 4.30. நான்ஸி காரின் டாஷ்போர்டில் இருந்த புத்தகம் ஒன்றை எடுத்து வந்து படிக்க ஆரம்பித்தாள்.

5.00 மணி.

5.30.

சாத்தய்யன் வரவில்லை.

சூரியன் மேற்கில் - ரத்தக்குளத்தில் விழ, இருட்டு அவசர அவசரமாய் கவிழ ஆரம்பித்தது.

"ஃபேன் பெல்ட் வாங்கப் போன சாத்தய்யனை இன்னமும் காணோமே..." நான்ஸி கவலைப்பட ஆரம்பித்தாள்.

நேரம் ஆறு, ஆறரை, ஏழு, ஏழரை, எட்டு, எட்டரை, என்று வேகமாய் போய்க் கொண்டிருந்தது.

நிஜந்தன் கேட்டான் "நான் வேண்டுமானால் கிராமத்து பஸ் ஸ்டாண்ட் வரைக்கும் போய் பார்த்து வரட்டுமா...?"

"வேண்டாம்... என்னை தனியாய் விட்டுவிட்டு போகாதீர்கள், சாத்தய்யன் வருகிறபோது வரட்டும்... நேரமானால் இங்கேயே தங்கிக்கொள்ள வேண்டியதுதான்..."

"என்னது... இங்கேயே தங்கிக்கொள்ளப் போகிறீர்களா...?"

"ஏன் நான் தங்கக்கூடாதா...? எனக்கு இங்கே தங்குவதில் எந்தவிதமான பயமும் கிடையாது. முதல் காரணம் ஆவி பேய் விஷயத்தில் எனக்கு நம்பிக்கையே கிடையாது. இரண்டாவது காரணம்

ஒரு க்ரைம் பிராஞ்ச் போலீஸ் ஆபீஸர் என்னோடு இருக்கும்போது எனக்கென்ன பயம்...?"

"காரைக்குடிக்கு போய் வர - சாத்தய்யனுக்கு இவ்வளவு நேரமா...?"

"அங்கே போன இடத்தில் அவனுக்கு என்ன அசந்தர்ப்பமோ...? என்னுடைய வேலையெல்லாம் ராத்திரி உணவுக்கு என்ன பண்ணப் போகிறோம் என்பதுதான்..."

நிஜந்தன் புன்னகைத்தான். "அந்தக் கவலையே உங்களுக்கு வேண்டாம்... மில்க் ப்ரெட், ஃப்ரூட் பிரெட் என்னிடம் இருக்கிறது... பௌடர் பால் இருக்கிறது. போதாதா...?"

"போதும்... போதும்..."

இருவரும் பங்களாவுக்குள் போனார்கள். அரிக்கேன் வெளிச்சத்தின் உதவியில் ஜாமை ரொட்டியில் தடவி - ஆளுக்கு ஐந்து ஸ்லைஸ் சாப்பிட்டு - பௌடர் பாலை தண்ணீரில் கலந்து காய்ச்சிக் குடித்தார்கள்.

நான்ஸிக்கு கட்டிலை கொடுத்துவிட்டு - நிஜந்தன் பெட்ஷீட்டை தரையில் விரிப்பாக்கி படுத்தான்.

"குட்நைட் நிஜந்தன்...! நான் படுத்ததுமே தூங்கி விடுகிற ரகம். சாத்தய்யன் ஃபேன் பெல்ட்டோடு வந்தால் லேட்டானதற்கு காரணம் கேட்டுவிட்டு பெல்ட்டை வாங்கிக் கொண்டு அவனை அனுப்பிவிடுங்கள்..."

நிஜந்தன் தலையாட்டிவிட்டுப் படுத்தான். சுவரின் ஆணியில் மாட்டியிருந்த அரிக்கேன் விளக்கின் சுடர் ஆடாமல், அசையாமல் எரிந்து கொண்டிருந்தது.

நிஜந்தனுக்கு தூக்கம் வரவில்லை.

'ஃபேன் பெல்ட் திடீரென்று எப்படி அறுந்து போகும்? காரைக்குடிக்கு பெல்ட் வாங்கப்போன சாத்தய்யன் இன்னமும் ஏன் வரவில்லை...? நான்ஸி இந்த இரவு இங்கே தங்கியிருப்பது தற்செயலா...? இல்லை ஏற்கெனவே திட்டமிட்ட செயலா...?'

'இந்த ராத்திரியை நாம் சர்வ ஜாக்கிரதையாய் கையாள வேண்டும்' - யோசித்துக் கொண்டே படுக்கையில் கிடந்தான் நிஜந்தன்.

13

திடும்மென்று விழித்துக் கொண்டான் நிஜந்தன். கண்கள் நெருப்பாய் எரிய உடைந்த ஜன்னலின் வழியே நவமி சந்திரன் நசுங்கின வெள்ளிப் பாத்திரம் மாதிரி... தெரிந்தான். அரிக்கேன்விளக்கு அணைந்து போயிருந்தது.

'நேரம் எவ்வளவு இருக்கும்...?'

மணிக்கட்டில் இருந்த ரேடியம் வாட்ச்சைப் பார்த்தான்.

நேரம் 2-10.

பக்கவாட்டில் திரும்பி, நான்ஸி படுத்திருந்த கட்டிலைப் பார்த்தான். இருதயம் திகைத்தது.

கட்டில் வெறுமை.

'பரக்'கென்று எழுந்து உட்கார்ந்தான் நிஜந்தன்.

'இவள் எங்கே போனாள்...? ஏதாவது இயற்கை உபாதைக்காக வெளியே போயிருப்பாளோ...?'

ஏதாவது சத்தம் வருகிறதாவென்று - உட்கார்ந்த நிலையிலேயே காதுகளுக்கு உன்னிப்பைக் கொடுத்து கேட்டான்.

காற்றில் பூச்சிகளின் ரீங்காரம் மட்டும் இருந்தது.

குரல் கொடுத்தான்.

"நான்ஸி...!!"

"........." - மௌனம்.

"நான்ஸி...!!!"

எழுந்து ஜன்னல் அருகே வந்தான்.

ஜீவனில்லாத நிலவொளியில் – சமாதியும் – முட்செடிகளும் – சாம்பல் நிற பெயிண்டில் வரைந்த – ஒரு ஓவியம் மாதிரி தெரிந்தது.

'இந்த நான்ஸி எங்கே போயிருப்பாள்?'

சூட்கேஸைத் திறந்து – பிஸ்டலையும் டார்ச்சையும் எடுத்துக் கொண்டவன், அறைக்கதவைத் திறந்து கொண்டு வெளியே வந்தான்.

ஹால் மோனத்தில் இருந்தது. அதன் இருட்டில் நடந்தான்.

வாசல் பக்கக் கதவு – லேசாய் காற்றில் ஆடிக் கொண்டிருக்க நிஜந்தன் அதை நோக்கிப் போய் – மெல்ல திறந்து வெளியே எட்டிப் பார்த்தான்.

காம்பௌண்ட் கேட் சாத்திக் கிடந்தது.

'எங்கே போனாள்...?'

டார்ச் வெளிச்ச வட்டத்தை நகர்த்திக் கொண்டு – காய்ந்த புல்தரையின் மேல் சின்னச் சின்ன சத்தங்களோடு நடந்தான்.

நிமிஷ நேர நடைக்குப்பின் – பங்களாவின் பின்பக்கம் – மசமசப்பான இருட்டோடு வந்தது. தூரத்து சமாதி கண்ணில்பட்டது. நிஜந்தன் நின்று குரல் கொடுத்தான்.

"நான்ஸி..."

பதிலுக்கு "நான்ஸி" என்று அந்த வெறும் பிராந்தியம் எதிரொலித்தது. 'இந்த நடு ஜாமத்தில் எழுந்து எங்கே போனாள்...?'

சமாதியை நோக்கி நடந்தான்.

செருப்பணிந்த கால்களுக்கு கீழே முட்செடிகள் – விதவிதமான சத்தங்களோடு முறிந்தன.

சமாதி சமீபித்தது.

அதன் வெடிப்புகளைப் பார்த்தான்.

ரத்தம் இல்லை.

சமாதியைச் சுற்றிக் கொண்டு இடது பக்கமாய் வந்த நிஜந்தன்- கையிலிருந்த டார்ச் வெளிச்சத்தை நாலாபக்கமும் 'விருட்விருட்'டென்று நகர்த்திப் பார்த்தான்.

வெளிச்சம் சுத்தியது.

மண்பரப்பு – முட்செடிகள் - கிணற்றுக்குப் போகும் ஒத்தையடிப் பாதை -கிணற்று மேடை - கிணற்றுச்சுவர்...

சட்டென்று டார்ச் வெளிச்சம் ஸ்தம்பித்தது.

ஸ்தம்பித்த வெளிச்ச வட்டத்தில் கிணற்றுச் சுவர்க்கு சாய்ந்தபடி - நான்ஸி தெரிந்தாள். பற்கள் வெள்ளைக் கோடு மாதிரி தெரிய சிரித்தாள்.

நிஜந்தனின் கையிலிருந்த டார்ச் நழுவியது.

14

நான்ஸியின் சிரிப்பில் ஒரு விநாடி நிலைகுலைந்து போன நிஜந்தன்-சட்டென்று தன்னைச் சுதாரித்துக் கொண்டு கையிலிருந்து நழுவின டார்ச்சை எடுத்து - மறுபடியும் நான்ஸியின் மேல் அடித்தான்.

இந்த முறைதான் அந்த பயங்கரம் உறைந்தது.

நான்ஸி சிரிக்கவில்லை. சிரிக்கிற சைஸில் பற்கள் கிட்டித்துப் போயிருந்தது. சுற்றிலும் ரத்தம் சிதறியிருந்தது. இரண்டு நாசித் துவாரங்களிலிருந்தும் - ரத்தம் பிளாஸ்டிக் இழை போல் கெட்டியாய் தொங்கியது.

பிஸ்டலை உயர்த்திக் கொண்டு - அவளுக்குப் பக்கத்தில் ஓடினான் நிஜந்தன். "நான்ஸி!" என்று தேவையில்லாமல் கூப்பிட்டுவிட்டு - சுற்றும்முற்றும் பார்த்தான். மூச்சிறைக்க ஒருதடவை கிணற்றைச் சுற்றி ஓடிவந்தான்.

நான்ஸிக்கு பக்கத்தில் மண்டியிட்டு-அவளைத் தொட்டான், தொட்டதுமே உடல் சரியப் பார்த்தது. வாயில் தேங்கியிருந்த ரத்தம் - கிட்டித்த பல்வரிசைக்கு வெளியே - 'ப்ளக்'கென்று வழிந்தது.

'இந்த விபரீதத்தை முதலில் அருகில் உள்ள போலீஸ் ஸ்டேஷனுக்கு கொண்டு போக வேண்டும்.'

நான்ஸியை கீழே கிடத்திவிட்டு - ஒரு கையில் டார்ச்சோடும், இன்னொரு கையில் பிஸ்டலுடனும் எழுந்தான்.

எழுந்தவனின் பார்வையில்,

பங்களாவின் மாடி ஜன்னல் தெரிய,

உடைந்த கண்ணாடிக்கு பின்புறம் யாரோ நின்று அவனையே பார்த்துக் கொண்டிருப்பது தெரிந்தது.

டார்ச் வெளிச்சத்தை உயர்த்தினான்... ஜன்னலை நோக்கி.

அந்த வெளிச்சத் தீற்றலில்,

காலர் இல்லாத கருநீல கோட்...

அதே நிறத்தில் பேண்ட்.

கழுத்தில் வெளேரென்று 'போ' - ரோஜாமாலை அணிந்து.

உள்ளடங்கிய நாசித் துவாரங்களோடு - குரங்குத்தனமான முகத்தோடு மெக்கன்ஸி தெரிந்தார்.

போட்டோவில் பார்த்த அதே மெக்கன்ஸி,

நிஜந்தனின் ரத்தம் உறைநிலைக்கு போயிற்று. உடம்பின் நரம்பு மண்டலத்தில் - ஒவ்வொரு ஜாயிண்டிலும் - ஒரு பய முடிச்சு.

டார்ச் வெளிச்சம் நடுக்கத்தில் சாய்ந்தது-

மறுபடியும் ஜன்னலை நோக்கி உயர்ந்தபோது-

ஜன்னலில் வெறுமை.

15

மெக்கன்ஸியின் உருவம் விநாடிக்கும் குறைவான நேரத்தில் மறைந்து போக- நிஜந்தன் கண்களை கசக்கிவிட்டுக் கொண்டு - வியர்த்து வழிகிற உடம்போடு மறுபடியும் ஜன்னலைப் பார்த்தான்.

'யாருமில்லை...!'

'குரங்குதுரையைப் பார்த்தது உண்மையா...? பிரமையா?'

'நிச்சயமாக பிரமை இல்லை...! போட்டோவில் பார்த்த அதே மாதிரியான குரங்கு முகம். அந்த உருவம் பங்களாவுக்குள்ளேதான் இருக்கிறது. போய் பார்க்கலாமா?'

'வேண்டாம் நிஜந்தன்... அது குரங்குதுரையோட ஆவி... அதை எதிர்த்தால் நான்ஸி மாதிரி நீயும் ரத்தம் கக்கி - இந்த பங்களாவின் ஏதாவது ஒரு பக்கம் பிணமாக விழுந்து கிடப்பாய்...'

'விலகிப் போய்விடு'

'ஆவியாவது... ஒண்ணாவது... உள்ளே போய் பார்...!' நிஜந்தனின் உள்மனம் உசுப்பிவிட - சொற்ப தைரியத்தோடு பங்களாவை நோக்கி ஓடினான்.

நான்ஸியின் மரணம், குரங்குதுரையின் தரிசனம் - இரண்டுமே அவனை மூச்சிறைக்க வைத்தது.

பங்களாவுக்கு முன்பாய் ஓடிவந்து நின்றான். இருதயம் 'திம்... திம்' என்ற துடிப்பில் இருந்தது.

கதவு சாத்தியிருந்தது.

மூச்சை ஆசுவாசப்படுத்திக் கொண்டு-

கதவை மெல்ல காலால் தள்ளினான்.

அது 'பர்ர்ன்க்' என்று உள்ளே போயிற்று.

இருட்டான ஹால். இருட்டான மாடி. காற்றில் ஆடும் நூலாம்படைகள்.

மெதுவாய் உள்ளே நுழைந்தான் நிஜந்தன் ஹால் நிசப்தமாய் இருந்தது. பார்வையை துரத்தினான்... டார்ச் வெளிச்சத்தின் உதவியோடு...!

எந்தப் பக்கம் திரும்பினாலும்-

வெறிச்சென்ற உணர்வு

அந்த உருவம் திடீரென்று தாக்கக் கூடும் - என்கிற ஜாக்கிரதையில் சுவரோரமாய் ஒட்டியபடி... ஒவ்வொரு அறைக்குள்ளும் எட்டிப்பார்த்தான்.

யாருமில்லை.

ஹாலை முடித்துக் கொண்டு-

மாடிப்படிகளுக்கு வந்தான்.

மெதுவாய் முதல் படியில் காலை வைத்தான்.

"க்க்க்க்ர்..."

இரண்டாவது படி.

"க்க்ர்க்க்..."

ஒவ்வொரு படியாய் உயர்ந்தான்.

இருதயத் துடிப்பு வெண்ணீரில் போட்ட உஷ்ணமானியாய் எகிறியது. உடம்பின் சகலவிதமான சுரப்பிகளும் பவுண்டன்களாய் மாறியிருந்தது.

மாடிப்படிகளை முடித்துக்கொண்டு வராந்தாவுக்கு வந்தான். டார்ச்சின் வெளிச்ச வட்டம் முன்னால் ஓடியது. ஒவ்வொரு அறையாய் நுழைந்து எட்டிப்பார்த்தான்.

மூன்றாவது அறைக்குள் பார்த்துவிட்டு - நான்காவது அறையை நோக்கி நகர்ந்த விநாடி-

அவனுக்கு கிட்டத்தில் -

யாரோ சிரிக்கும் சத்தம்.

திடுக்கிட்டுப் போய் திரும்பினான் நிஜந்தன்.

குரங்குதுரையின் முகம் - மிக அருகில் கொட்டை கொட்டையாய் சிரித்தது. "ஹெக்... ஹெக்... ஹெக்..."

நிஜந்தன் பின்வாங்கி - பிஸ்டலை உயர்த்த

குரங்குதுரையின் வலதுகால் விருட்டென்று எழும்பி அவன் மணிக்கட்டில் உதைக்க - பிஸ்டல் எகிறி மாடிப்படிகளில் வீழ்ந்து உருண்டு உருண்டு கொண்டு போயிற்று. அதைத் தொடர்ந்து டார்ச்சும் எகிறி சுவர்க்கு போய் மோதிக் கொண்டு 'ச்சலீர்' என்றது.

இருவரும் இருட்டில் - ஐந்தடி தொலைவில் நின்றார்கள் நிஜந்தன் உற்றுப்பார்த்தான். 'இது குரங்குதுரைதான்... ஆனால் இது ஆவியில்லை... அச்சாய் எப்படி அதே முகம்...'

யோசித்துக் கொண்டிருக்கும் போதே - அந்த உருவம் பாய்ந்தது. அதன் வலது கையின் ஆட்காட்டி விரலும், ஒரு விரலும் இணைத்து ஒரு கத்தி மாதிரி நீண்டிருந்தது, நிஜந்தன் விலகிக் கொண்டு - பின்வாங்கினான்.

இருட்டில் அந்த உருவம் இளித்துக் கொண்டு முன்னேறியது. அது தன் இரண்டு விரல்களாலும் தாக்க முயன்றபோதெல்லாம் - நிஜந்தன் விலகிக் கொண்டு அதை தாக்க முயன்றான்.

உருவம் அவனுடைய தாக்குதலை அலட்சியப்படுத்தி - அகல நடைபோட்டு அவனை நெருங்கியது. உடம்பில் அசாத்திய பலம் தெரிந்தது.

வராந்தாவின் மூலையில் ஒண்டிக்கொண்ட நிஜந்தன் மேற்கொண்டு பின்வாங்க இயலாமல் - சுவரோடு சுவராய் முதுகைத் தேய்த்துக் கொண்டு நிற்க - உருவம் அவன் தோள்பட்டையைப் பிடிக்க கையை நீட்டியது.

அதே விநாடி-

கீழே வாசல் கதவு – "ப்ப்ர்ர்ன்க்" - என்ற சத்தத்தோடு திறக்கப்பட-

உருவம் சட்டென்று திரும்பிப் பார்த்தது.

அந்த விநாடியை உபயோகப்படுத்திக் கொண்ட நிஜந்தன் சட்டென்று குனிந்து, தன் எஃகுத் தலையால் உருவத்தின் அடிவயிற்றில் 'நறுக்'கென்று மோதினான்.

உருவம் சட்டென்று திரும்பிப் பார்த்தது.

உருவம் 'ம்...மா...ஆ...' என்று விளித்து - 45 டிகிரி கோணத்தில் ஒரு பக்கமாய் சாய - நிஜந்தன் ஒரு சின்னப் புயலானான்.

உருவம் சமாளித்து நிமிர்வதற்குள் - இரண்டு கைகளையும் குவித்து - நெஞ்சில் ஓங்கி குத்தினான்.

சாத்தய்யன் கீழே இருந்து குரல் கொடுத்தான்.

"தம்பி...!"

உருவம் மல்லாந்து கீழே விழ - நிஜந்தன் மேலே விழுந்து அழுத்தினான். அது மூச்சுத் திணறியது.

சாத்தய்யன் மாடிப்படிகளில் வேகவேகமாய் ஏறிவர - பின்னால் ஒரு ஆள் பெட்ரோமாக்ஸ் விளக்கோடு தொடர்ந்தான்.

"தம்பி! நான் காரைக்குடி போய் சேர்ந்த நேரம் அங்கே ஏதோ சாதி கலவரம்... ஊரே ரெண்டுபட்டு போயி... பஸ் எதுவும் ஓடாமல்... நான் அங்கிருந்து வர்றதுக்குள்ள... பெரும் பாடா... போச்சு... விவரத்தை சொல்லிட்டு போலாம்ன்னுதான் ஒரு ஆளை துணைக்கு கூட்டிட்டு..."

பேசிக்கொண்டே வந்த சாத்தய்யன் சட்டென்று பேச்சை நிறுத்தி - கீழே கிடந்த ஆளைப் பார்த்ததும் முகம் வெளிறினான்.

"த... தம்பி... இ... இது... இது... கு... குரங்குதுரை..."

மூச்சிரைப்போடு கையமர்த்தினான் நிஜந்தன். "பயப்படாதீங்க... இது குரங்குதுரையோட ஆவியில்லை... மொதல்ல இவனை ஒரு கயித்துல கட்டிப் போட்டுட்டு போலீஸ்ல போய் தகவல் சொல்லிட்டு வாங்க... நான் விபரத்தை கேட்டு வெக்கிறேன்..."

16

பெட்ரோமாக்ஸ் விளக்கை ஜன்னல் கொக்கியில் மாட்டிவிட்டு – கட்டி போடப்பட்டு கீழே உருண்டு கிடந்த அவனிடம் குனிந்தான் நிஜந்தன். வெளிச்சத்தில் அவனுடைய முகம் தெளிவாகவே தெரிந்தது. நாற்பது வயதுக்குரிய உடம்பு, கண்களில் மாட்டிக் கொண்ட மிரட்சி.

“யார்ரா...நீ...?”

“.........”

அவன் முறைத்தான்.

“முறைச்சு பிரயோஜனமில்லை... உண்மையைச் சொன்னா உடம்புக்கு சேதமில்லை... இல்லேன்னா; என்னாகும் தெரியுமா...?” சொல்லிக் கொண்டே சட்டைப் பாக்கெட்டுக்குள் கையை நுழைத்து அந்த தீப்பெட்டியை எடுத்துக் கொண்டான் நிஜந்தன். ஒரு குச்சியை உரசி – கீழே கிடந்தவனின் வலது காதின் நுனிக்கு கீழே கொண்டு போய் – துளியுண்டு காதை நெருப்பில் வாட்டினான்.

கோரமாய் வாயைத் திறந்து வீறிட்டான் அவன் நிஜந்தன் சிரித்தான்.

“அது சாம்பிள்... நீ உண்மையைச் சொல்லலைன்னா... இன்னொரு தீக்குச்சி உன்னோட இன்னொரு காதுக்கு போகும்...”

“சொ... சொல்றேன்...”

“உம் பேரென்ன...?”

“கு...கு...குமரப்பன்...”

“குரங்குதுரையோட முகம் உனக்கெப்படி...?”

குமரப்பன் சில விநாடிகள் தயங்கிவிட்டு சொன்னான். "நாப்பது வருஷங்களுக்கு முன்னாடி... இந்த கி... கிராமத்துல வாழ்ந்திட்டிருந்த எங்கம்மாவைத்... தொட்டு குரங்குதுரை சூறையாடியதின் பலன்தான் என்னோட ஜனனம். புத்தி பேதலிச்சுப்போன எங்கம்மாவோட வயத்துல உருவாகி - நான் வெளியே வந்தப்ப, எங்கம்மா உயிரோட இல்லை. அஞ்சு வயசு வரைக்கும் இந்த கிராமத்துலதான் வளர்ந்தேன்... குரங்குதுரைக்கு பொறந்த பயலேன்னு ஊர் ஜனங்க கேலி பேச ஆரம்பிச்சதும் - நான் ஊரைவிட்டே போயிட்டேன். திருட்டு ரயில் ஏறி பம்பாய்க்கு போய், ஷூபாலீஸ் போட்டு வயித்தைக் கழுவினேன். பம்பாய்ல நான் இருந்தாலும் 'குரங்குதுரைக்கு பொறந்த பயலே'ன்னு ஊர்ஜனங்க பேசினதை என்னால மறக்க முடியலை... என்னோட அவலட்சணமான மூஞ்சிக்கும், இந்த அலங்கோல வாழ்க்கைக்கும் காரணமான குரங்குதுரைமேல எனக்கு ஆத்திரம் இருந்தது. குரங்குதுரை செத்துப்போனாலும் - வீரச்சாமி தேவரையும், அழகு பாண்டியையும்... தீர்த்துக்கட்ட முடிவு பண்ணி காத்திருந்தேன். என்னோட இருபத்தஞ்சு வயசுக்குள்ளே - கள்ளக் கடத்தல் தொழில் மூலமா - காசு பணம் சேர்த்துகிட்டு... மதுரைக்கு வந்து - ஒரு ஒதுக்குப்புறமான இடத்துல வீட்டை வாடகைக்கு எடுத்து தங்கியிருந்தேன். ஒரு நாள் சாயந்தர நேரத்துல இந்த பங்களாவுக்கு வந்து... வாட்ச்மேன் சாத்தய்யனுக்கு தெரியாமே... உள்ளே சுத்தி பார்த்திட்டிருந்தேன். ஜன்னல் பக்கமா என் மூஞ்சி தெரிஞ்சதும்... குரங்குதுரை... குரங்குதுரைன்னு கத்தி ஓட ஆரம்பிச்சான்... அந்த தினத்திலிருந்து...குரங்குதுரையோட ஆவி இந்த பங்களாவில் இருக்கிறதா ஊர் ஜனங்க நம்ப ஆரம்பிச்சாங்க. அந்த நம்பிக்கையை உபயோகப்படுத்தித்தான் மொதல்ல வீராச்சாமி தேவரையும் அப்புறம் அழகுபாண்டியையும் பழி தீர்த்துகிட்டேன்."

பேச்சை நிறுத்தினான் குமரப்பன். அரை நிமிஷ நேர இடைவேளைக்குப் பின் மறுபடியும் தொடர்ந்தான்.

"எங்கம்மாவை குரங்குதுரைக்கு கூட்டிக்கொடுத்த அந்த ரெண்டு பேரை நான் பழிவாங்கி - பின்னாடி என்னோட கோபம்... நான்ஸி மேல திரும்பிச்சு. அது இந்த பங்களாவை விக்க முயற்சி பண்ணினா... இந்த பங்களாவை வாங்க முடியாத அளவுக்கு... குரங்குதுரையோட ஆவி பயம் ஜனங்க மத்தியில் இருக்கணும்ங்கிறதுக்காக - மாசத்துக்கு ரெண்டு தடவையாவது இந்த பங்களாவுக்கு வந்து... நடமாட

ஆரம்பிச்சேன்... ஊர் மக்களை நம்ப வெக்கிறதுக்காக - காணாமே ஆட்டை தேடிகிட்டு இந்தப் பக்கமா வந்த ஒரு பொண்ணைக் கொன்னேன். அதேமாதிரி கொலைகளைப் பத்தி துப்பு துலக்க வந்து ஒரு இன்ஸ்பெக்டர் என்னை எதிர்பாராதவிதமா பார்த்துட்டதால- அவரோட கணக்கையும் முடிச்சேன். மூணு மாசத்துக்கு முந்தி சரித்திர பேராசிரியர் ஒருத்தர் வந்து இங்கே தங்கியிருந்தார். அவரைக் கொல்ல எனக்கு இஷ்டமில்லாததினாலே... குரங்குத்துரை மாதிரி ட்ரஸ்ஸைப் போட்டுகிட்டு வந்து - அவர் முன்னாடி நின்னேன். அவர் மூலமா குரங்குதுரையோட ஆவி இந்த பங்களாவில் இருக்கிறதுங்கிற எண்ணம் ஊர்ஜிதமாகட்டும்ங்கிற எண்ணத்தில் அப்படி செஞ்சேன். ஆனா அவரால் அந்த அதிர்ச்சியை தாங்கிக்க முடியலை... ரத்தக்குழாய் வெடிச்சு இறந்துட்டார். உங்களையும் அதே மாதிரி பயமுறுத்தத்தான்... சமாதில ரத்தம். ரூம்ல... மாவு பொம்மையெல்லாம்..."

நிஜந்தன் கையமர்த்தினான். "சரித்திர பேராசிரியர் முரளிதரனை நீ கொல்லலை...?"

"இல்லை..."

"நான்ஸியையும் சேர்த்து - மத்தவங்களையெல்லாம் நீதான்... கொன்னே...?"

"ஆமா..."

"எல்லாரும் ஒரேமாதிரி... ரத்தம் கக்கி இயற்கையா மரணம் அடைஞ்ச மாதிரி செத்திருக்காங்களே... அது எப்படி...?"

"அ... அ... அது..."

"சொல்லு..."

"அது... நான் கத்துகிட்ட வர்மக்கலையோட சூட்சுமம். பம்பாய்ல ஒரு கள்ளக்கடத்தல் பேர்வழி கத்துக்கொடுத்தான். ஆட்காட்டி விரலையும், ஒரு விரலையும்... சேர்த்து உடம்போட பலத்தை பூராவும் குடுத்து - எதிரியோட இருதயப்பகுதியில் இருக்கிற ஒரு ரத்தக் குழாயை தட்டினா... அது சேதமாயிடும்... அடிபட்ட தடயம் உடம்பில் இருக்காது..."

"மாவு பொம்மையா பார்த்திட்டிருக்கும் போதே எனக்கு மயக்கம் வந்ததே...அது எப்படி...?"

"அந்த பொம்மையில் ஸ்பிரே பண்ணியிருந்த மயக்க மருந்துதான் காரணம்..."

"நான்ஸியை இத்தனை நாள் விட்டுட்டு இன்னிக்கு மாத்திரம் தீர்த்துக்கட்ட என்ன காரணம்...?"

"அவ இந்த வீட்டை ஒருத்தர்க்கு விக்கறதுக்காக விலை பேசி முடிவு பண்ணிட்டா... இனிமே அவ லண்டனுக்குப் போனா திரும்பமாட்டா... அதான் கார்ல இருக்கிற ஃபேன் பெல்ட்டை நாசம் பண்ணி... அவளை இங்கே தங்க வெச்சு... காரியத்தை முடிச்சேன்..."

"சாத்தய்யனுக்கு உன்னைப் பத்தின எந்த விபரமும் தெரியாதே?"

"தெரியாது..."

"சாத்தய்யனை மாத்திரம்... ஏன் விட்டுவெச்சே...?"

"இந்த பங்களாவில் குரங்குதுரையோட ஆவி இருக்கிறது ஊர்ஜிதம் பண்றதே அவன்தானே... அவனை தீர்த்துட்டா ஊருக்குள்ளே எப்படி விஷயம் போகும்..."

நிஜந்தன் அடுத்த கேள்விக்கு போவதற்குள்-

பங்களாவுக்கு வெளியே அந்த இரைச்சல் கேட்டது.

சாத்தய்யன் முதல் ஆளாக பங்களாவுக்குள் ஓடி வந்தான்.

"தம்பி! போலீஸும் ஊர் ஜனமும் சேர்ந்து - ஒரு பட்டாளம் மாதிரி திரண்டு வந்துட்டிருக்காங்க..."

17

சென்னை.

நிஜந்தன் வீடு.

ஹால் சோபாவில் உட்கார்ந்து கேஸைப் பற்றி சொல்லி முடித்த நிஜந்தன் எதிரே இருந்த ஸ்வேதாவையும் மாதுரியையும் ஏறிட்டான்.

"இந்த கேஸ்ல எல்லோமே... க்ளியர். ஆனா ஒரே ஒரு பாயிண்ட் மட்டும் இன்னும் கேள்விக்குறியாவே இருக்கு..."

"என்னண்ணா...?" ஸ்வேதா கேட்டாள்.

"அந்த அட்வான்ஸ் அஞ்சலி லெட்டர்! முரளிதரனோட லைப்ரரி புஸ்தகத்தில் அந்த லெட்டரை வெச்சது யார்ன்னு தெரியலை. எதுக்காக வெச்சாங்கன்னும் தெரியலை"

மாதுரி குறுக்கிட்டாள்.

"ஸாரி ஸார்..."

"எதுக்கு ஸாரி...?"

"கோழி ரத்தத்தை ஒரு குச்சியால் தொட்டு அந்த அட்வான்ஸ் அஞ்சலி லெட்டரை எழுதினது நான்தான்..."

"என்னது...?" நிஜந்தன் நிமிர்ந்தான்.

"ஆமா... ஸார்... அப்படியொரு லெட்டரை நான் எழுதி வெச்சதினால்தான்... இந்த கேஸை கண்டுபிடிக்க நீங்க முயற்சி எடுத்துகிட்டீங்க... குற்றவாளியையும் பிடிச்சீங்க... இல்லேன்னா இந்த கேஸை அலட்சியமா விட்டிருப்பீங்களே?"

நிஜந்தன் மாதுரியையே பார்க்க அவள் கேட்டாள்.

“என் மேல கோபமா ஸார்...?”

“நோ... நோ...”

“நீங்க எனக்காக எடுத்துகிட்ட சிரமத்துக்கு ரொம்பவும் நன்றி ஸார்... நான் வர்றேன்...”

மாதுரி விடைபெற்றுக்கொண்டு போனதும் - நிஜந்தன் தன் தங்கை ஸ்வேதாவை ஏறிட்டான்.

“உன்னோட தோழிக்கு தனிப்பட்ட முறையில் நான் நன்றி சொல்லணும்னு நினைச்சிட்டிருந்தேன்...”

“நன்றியா...? எதுக்கு...?”

“அந்த கல்லல் கிராமத்துல உனக்கு ஒரு அழகான அண்ணியைப் பார்த்துட்டு வந்திருக்கேன்...”

“வாரே வாஹ்...”

ஸ்வேதா கைகளைத் தட்டினாள்.

“அண்ணியின் பேரென்னவோ...?”

“மஞ்சுளா” என்றான் நிஜந்தன்.

◈◈◈

23வது ஜன்னல்

(2005ல் வெளிவந்த க்ரைம் நாவல் எனும் மாத இதழில் வந்த நாவல்)

1

இந்தியாவில் பணம் போடும் வங்கி தவிர ரத்த வங்கி, தாய்ப்பால் வங்கி, உயிரணு வங்கி, எலும்பு வங்கி, ஸ்டெம் செல் வங்கிகள் ஆரம்பிக்கப்பட்டுள்ளன.

இப்படிப்பட்ட வங்கிகளின் வரிசையில் இப்போது இணைந்து இருப்பது லவ் பேங்க் - காதல் வங்கி.

அதிகாலைச் சூரியன் கிழக்கில் ஒரு ஆரஞ்சுப் பழமாய் மாறியிருக்க, ஐஸ்வர்யபுரம் கிராமம், குழந்தையொன்று மெதுவாய் - ஜாக்கிரதையாய் நடப்பதுபோல் விடிந்து கொண்டிருந்தது.

நவநீத பட்டர், கிராமத்தின் மையத்தில் நேர்வகிடு எடுத்தாற்போல் ஓடிக்கொண்டிருக்கும் ஆற்றில் குளித்துவிட்டு நெற்றியில் திருமண்ணோடும், ஸ்ரீ சூர்ணத்தோடும் ஐஸ்வர்யப் பெருமாள் கோயிலை நோக்கிப் போய்க் கொண்டிருந்தார்.

நவநீத பட்டர்க்கு ஐம்பது வயது இருக்கலாம். பளீரென்ற சிவப்பு நிறம். மோவாயில் திட்டுத்திட்டாய் நரை ரோமம். காதுகளில் பவளக் கடுக்கண். பெண்களே பொறாமைப்படக் கூடிய அளவுக்கு அடர்த்தியான தலைமுடியை அலட்சியமாகக் கொண்டை போட்டிருந்தார். இடுப்பில் சுத்தமான வெள்ளை வேஷ்டி. தோளில் ஒரு சிவப்புத் துண்டு.

வழியில் பெண்கள் தண்ணீர் குடங்களோடு எதிர்ப்பட்டு, பட்டரைப் பார்த்ததும் கன்னத்தில் போட்டுக்கொண்டு ஒதுங்கிப் போனார்கள். கிராமத்து டீக்கடைப் பெஞ்சில் உட்கார்ந்திருந்த ஒரு கும்பல்

இரண்டு ரூபாய் நாளிதழையும், ஐந்து ரூபாய் டீயையும் கையில் வைத்துக்கொண்டு ஒரிஸ்ஸா அரசியலிலிருந்து ஒபாமா வரை பேசிக் கொண்டிருந்தார்கள். டீக்கடையை ஒட்டியிருந்த சுவரில் இருந்த சினிமா சுவரொட்டி டெண்ட் தியேட்டரில் படம் மாறியிருப்பதைத் தெரிவித்தது.

ஆறு மணிக்குள் கோயில் நடையைத் திறக்க வேண்டும் என்ற அவசரத்தில் நவநீத பட்டர் வேகவேகமாய் நடைபோட்டுக் கொண்டிருந்தார். சமீபத்திய மழையின் காரணமாய் கிராமத்துக் கண்மாய் கடல் மாதிரி தெரிய, தொலைவில் ஐஸ்வர்யப் பெருமாள் கோயிலின் ராஜ கோபுரம் சூரியனின் கதிர்கள்பட்டு கலசங்களோடு ஒளிர்ந்தது.

பட்டர் கண்மாயை ஒட்டிய வளைவுப் பாதையில் திரும்பியபோது, எதிரே கிராமத்து மணியம் பரசுராமன் வாயில் வேப்பங்குச்சியோடு எதிர்ப்பட்டார். வாயில் இருந்த கசப்பு எச்சிலைத் துப்பிவிட்டு "நமஸ்காரம் பட்டரே!" என்றார்.

"நமஸ்காரம்... நமஸ்காரம்" கைகுவித்து பவ்யமானார் பட்டர்.

"உங்களைப் பார்க்கத்தான் வந்துட்டிருக்கேன் பட்டரே!"

"என்னையா... எதுக்கு?"

"சீக்கிரமா கோயிலுக்குப் போங்க... அங்கே உங்களுக்காக சென்னையிலிருந்து வந்து இருக்கிற டி.வி-காரங்க வெயிட் பண்ணிட்டு இருக்காங்க...!"

"டி.வியிலிருந்தா...?"

"ம்..."

"எதுக்கு...?"

"நம்ம கிராமத்துக் கோயிலை படம் எடுத்து அது பத்தின விபரங்களை வர்ற வைகுண்ட ஏகாதசியன்னிக்கு டி.வியில ஒளிபரப்பப் போறாங்களாம்."

"எந்த டி.வி...?"

"மதியொளி டி.வியாம்... காலையிலிருந்து சாயந்தரம் வரைக்கும் ஷூட்டிங் நடக்குமாம். போய் ஒத்தாசை பண்ணுங்க. அவங்க

உங்களைத்தான் பேட்டி எடுப்பாங்க. உங்களுக்குத்தான் கோயில் வரலாறு அத்துபடியாச்சே... எல்லாத்தையும் சொல்லுங்க... நம்ம ஐஸ்வர்யப் பெருமாள் கோவில் தமிழ்நாடு முழுக்க பிரபலமாகட்டும்..." மணியம் சொல்ல, பட்டர் தயங்கினார்.

"கோயில் கர்ப்பக்கிருகத்தை படம் பிடிக்கக் கூடாதுங்கிறது ஐதீகம்...!"

"அதையும் அவங்ககிட்டே சொல்லிட்டேன். சரின்னு ஒத்துக்கிட்டாங்க... நீங்களும் அவங்ககிட்ட பேசும்போது நம்ம கோயிலோட நடைமுறைகளையும் விதிமுறைகளையும் சொல்லிடுங்க. கோயில் வளாகத்துக்குள்ளே சிகரெட் பிடிக்கக்கூடாது, வெற்றிலை போடக்கூடாது, அசைவ உணவுகளைச் சாப்பிடக் கூடாதுன்னு கண்டிப்பா சொல்லிடுங்க."

"சொல்லிடறேன்..."

"சீக்கிரமாப் போங்க... அவங்க வெயிட் பண்ணிட்டு இருக்காங்க..."

"இதோ...!" பட்டர் வேகமாய் நடந்தார். மனசுக்குள் சந்தோஷம் எட்டிப் பார்த்தது. டி.வி. சானல்கள் தமிழ்நாட்டில் இருக்கிற கோவில்களையெல்லாம் காட்டி அதன் அருமை பெருமைகளைப் பேசும்போது பட்டரின் மனதிலும் ஒரு ஏக்கம் பிறக்கும். 'இந்த ஐஸ்வர்யப் பெருமாள் கோவிலை யாருமே கண்டுகொள்ள மாட்டேன் என்கிறார்களே...? இந்தக் கோயிலின் அருமை பெருமைகளையெல்லாம் சொல்லக் கூடிய வாய்ப்பு எனக்கு எப்போது கிடைக்கும்?' என்று மன உளைச்சல்பட்டு அநேக ராத்திரிகளில் பட்டர் தன் தூக்கத்தைத் தொலைத்து இருக்கிறார். இன்றைக்கு அந்த வாய்ப்பு வலிய வந்து இருக்கிறது! சந்தோஷத்தில் மனமும் உடம்பும் தத்தளித்தது.

கோயிலை நெருங்கினார்.

கோயில் வாசலிலேயே அந்த வேன் தெரிந்தது. வேனின் பக்கவாட்டு உடம்பில் 'மதியொளி தொலைக்காட்சி' என்ற வாசகம் தெரிந்தது. ஒரு இளம் பெண்ணும் நான்கைந்து இளைஞர்களும் வேனைவிட்டு இறங்கி கோயில் கோபுரத்தை அண்ணாந்து பார்த்துக் கொண்டிருந்தார்கள்.

நவநீத பட்டர் அவர்களை நெருங்கினார்.

“நமஸ்காரம்...”

அவர்கள் திரும்பிப் பார்த்து முகங்கள் மலர்ந்தார்கள். கைகளைக் குவித்தார்கள். “நீங்கதான் இந்தக் கோயிலுக்கு பட்டரா?”

“ஆமா...! ஊர் மணியம் இப்பத்தான் சொன்னார். இந்த கிராமத்து ஐஸ்வர்யப் பெருமாள் கோயில் ரொம்பவும் புராதனமானது. ரெண்டாயிரம் வருஷங்களுக்கு முன்னாடி கட்டப்பட்டது. பெருமாள் ரொம்பவும் சக்தி வாய்ந்தவர். சொல்லுங்க... நான் என்ன பண்ணனும்?”

ஒரு இளைஞன் முன்னால் வந்தான். “நான்தான் இந்த யூனிட்டுக்கு டைரக்டர். என்னோட பேர் கீர்த்திவாசன். இவர் பாரதி கண்ணன், கேமிராமேன். இவங்க மிஸ் ஓவியா. இந்தக் கோயிலோட சிறப்பைப் பத்தி சொல்லப் போற வர்ணனையாளர். அவங்க ரெண்டு பேரும் ப்ரொடக்ஷன் அஸிஸ்டண்ட்ஸ். அவர் ரமேஷ்; இவர் கதிர்வேலன். உங்களுக்கு முன்கூட்டியே தகவல் கொடுத்துட்டு வந்து இருக்கணும். எங்களுக்கு இருக்கிற பிஸி ஷெட்யூலில் அது முடியலை மன்னிக்கணும்.”

“பரவாயில்லை...! எது எது எந்தெந்த நேரத்துல நடக்கணும்ங்கறது பெருமாளோட கட்டளை. அதன்படிதான் நடந்திருக்கு. நடை திறக்கிறேன்... எல்லாரும் உள்ளே வாங்க... காலையில் ஸ்நானம் பண்ணீங்களா?”

“ம்... பண்ணிட்டோம். விடியற்காலை நாலு மணிக்கே கும்பகோணம் வந்து ஹோட்டல்ல ரூம் எடுத்து குளிச்சிட்டு வந்துட்டோம். சாயந்தரம் ஆறு மணிக்குள்ளே ஷூட்டிங்கை முடிச்சுட்டு நாங்க கிளம்பணும்... இந்தக் கோயிலைப் பத்தின முழு வரலாறும் உங்களுக்குத் தெரியும்ன்னு ஊர் மணியம் சொன்னார்.”

“அவர் சொன்னது வாஸ்தவமான வார்த்தைதான்.” பட்டர் கோயில் பூட்டைத் திறந்து கொண்டு உள்ளே போனார்.

பழங்காலப் பெரிய கோயில். பத்தடி உயரத்தில் மதில் சுவர்கள் எழும்பி ஏதோ ஒரு கோட்டைக்குள் இருப்பது போன்ற உணர்வை ஏற்படுத்தின. பராமரிப்பு சரியாய் இல்லாத காரணத்தினால் சுவர்களில் வெடிப்பு விழுந்து, அந்த வெடிப்புகளில் செடிகள் முளைத்து சிதிலமாய் தெரிந்தது. கோயில் மண்டபத் தூண்களில் எண்ணெய்ப்

பசையோடு அழுக்கு சேர்ந்து 'யாரும் தொட்டு விடாதீர்கள்' என்று சொன்னது. கோயில் பிரகாரம் முழுவதும் ஆட்டுப் புழுக்கைகளும், மாட்டுச் சாணமும், காய்ந்துபோய் நாசிக்குப் பிடிக்காத நாற்றத்தைக் கிளப்பியது.

டி.வி. யூனிட்டின் டைரக்டர் கீர்த்திவாசன் தன் கையில் இருந்த கர்ச்சீப்பால் மூக்கை லேசாய் பொத்தியபடி கேட்டான்.

"என்ன பட்டரே! கோவில் இப்படியிருக்கு?"

பட்டர் சிரித்தார். "பெருமாளுக்கு பேர்தான் ஐஸ்வர்யப் பெருமாள். இந்தக் கோவிலுக்கு எந்த ஒரு ஐஸ்வர்யமும் கிடையாது. ஏதோ ஊர் மணியத்தின் புண்ணியத்தால் கோயில்ல விளக்கு எரியுது. மூணு கால பூஜையும் நடக்குது. புரட்டாசியில் வர்ற சனிக்கிழமைகளில் மட்டும் கொஞ்சம் கூட்டம் வரும். அதிலும் உள்ளூர் ஜனங்க வரமாட்டாங்க. வெளியூர் ஜனம்தான்."

"இந்து அறநிலையத் துறையோட கட்டுப்பாட்டில் இந்தக் கோயில் இல்லையா?"

"இல்லை..."

"ஏன்...? இவ்வளவு பெரிய கோயிலை அரசாங்கம் எப்படி விட்டுவெச்சாங்க...?"

"இந்து அறநிலையத்துறை இந்தக் கோயிலை எடுத்துக்க முன் வந்தப்ப இந்த ஊர் ஜனங்கள் மறியல் போராட்டம் நடத்தி எதிர்ப்பு தெரிவிச்சாங்க. கோயிலை அரசாங்கம் எடுக்கக் கூடாதுன்னு ஊர் மணியம் கோர்ட்ல ஸ்டே ஆர்டர் வாங்கிட்டார். இந்தக் கோயிலுக்கு எந்த ஒரு வருமானமும் இல்லாததினால இந்து அறநிலையத்துறையும் அதுக்கப்புறம் கோயிலை எடுத்துக்க அக்கறை காட்டலை. ஊர் மணியம் மட்டும் இல்லைன்னா கோயிலை இழுத்துப் பூட்ட வேண்டியதுதான்..." சொன்ன பட்டர், கீர்த்திவாசனை ஏறிட்டார்.

"எல்லாரும் கொஞ்ச நேரம் மண்டபத்தில உட்கார்ந்து ரெஸ்ட் எடுங்க... நான் கர்ப்பக்கிருக நடையைத் திறந்து பெருமாளுக்கு தீர்த்தாபிஷேகம் பண்ணி அலங்காரம் முடிச்சுட்டு கூப்பிடறேன்."

"எவ்வளவு நேரமாகும்?"

“அரைமணி நேரமாயிடும். பெருமாளை சேவிச்சுட்டு அப்புறமாய் கோயிலைச் சுத்திப் பார்க்கலாம்.”

பட்டர் சொல்லிவிட்டு உள்ளே போய்விட, கீர்த்திவாசன் தனக்குப் பக்கத்தில் நின்ற ஓவியாவை ஒரு புன்னகையோடு பார்த்தான்.

“என்ன ஓவியா... கோயிலோட நிலைமையைப் பார்த்துட்டு ரொம்பவும் நொந்து போயிட்டே போலிருக்கு...!”

ஓவியா சிரித்தாள்.

“இல்ல கீர்த்தி...! இந்தக் கோயில் எனக்கு ரொம்பவும் பிடிச்சிருக்கு. மார்பிளும், க்ரானைட் கற்களும் பதிச்ச ஆடம்பரமான கோயில்களைப் பார்த்துப் பார்த்துக் களைச்சுப்போன கண்ணுக்கும் மனசுக்கும் இந்தக் கோயில் இதமாய் இருக்கு. கருங்கல்லில் கட்டப்பட்ட அந்தக் கால காம்பௌண்ட் மதில் சுவர்கள் கொஞ்சம் சிதிலமடைஞ்சு இருந்தாலும் அதிலேயும் ஒரு அழகு இருக்கு. மாட்டுச் சாணமும், ஆட்டுப் புழுக்கைகளும் நிரம்பிய இந்த வெளிப் பிரகாரம் கொஞ்சம் அசூயையா இருந்தாலும் மனசுக்குள்ளே பெரிசா எந்த ஒரு அருவெறுப்பும் இல்லை...!”

“ஸோ... உனக்கு இந்தக் கோயில் பிடிச்சிருக்கு?”

“ரொம்ப... ரொம்ப...”

பக்கத்தில் இருந்த கேமிராமேன் பாரதிகண்ணன் புன்னகைத்தான். “ஓவியாவோட ரசனை என்னிக்குமே கொஞ்சம் வித்தியாசமாய்த்தான் இருக்கும். எனக்கும் என்னமோ தெரியலை. இந்தக் கோயிலைப் பார்த்த மாத்திரத்தில் மனசுக்குள்ளேயும் உடம்புக்குள்ளேயும் சின்னதாய் ஒரு வைப்ரேஷன்.”

“நீங்க ரெண்டு பேரும் கூட்டு சேர்ந்துட்டீங்களா...? இனி இந்த எபிசோட் களை கட்டிடும்...”

புரொடக்ஷன் அஸிஸ்டண்ட்ஸ் ரமேஷ், கதிர்வேலன் இரண்டு பேரும் மண்டபத்தின் உட்பகுதியில் இருந்து வெளிப்பட்டார்கள்.

“ஸார்...! உள்ளே இருக்கும் மண்டபச் சுவர்ல வித்தியாசமாய் ஏதேதோ வாசகங்கள் தெரியுது. வந்து பாருங்க...”

மூன்று பேரும் ஆர்வம் தாங்காமல் அவர்களைப் பின்தொடர்ந்து மண்டபத்துக்குள் நுழைந்தார்கள்.

எந்தக் காலத்திலோ பெயிண்ட்டால் எழுதப்பட்ட வாசகங்கள் மங்கலான வெளிச்சத்தில் தெரிந்தன.

இறைவனிடம் நீ கேட்க விரும்பிய கேள்விகளும் அவன் அதற்கு சொல்ல விரும்பிய பதில்களும்:

கேள்வி: இறைவா...! என்னால் வாழ்க்கையில் ஏற்படும் துன்பங்களைத் தாங்கிக்கொள்ள முடியவில்லை. அந்தத் துன்பங்களிலிருந்து எனக்கு விடுதலை கொடு.

இறைவனின் பதில்: என்னால் விடுதலை கொடுக்க முடியாது. நீயாகத்தான் அந்தத் துன்பங்களிலிருந்து உன்னை விடுவித்துக்கொள்ள வேண்டும். அதற்கான தைரியத்தை மட்டும் நான் உனக்குத் தருவேன்.

கேள்வி: என்னை நீ எப்போதும் சந்தோஷமாக வைத்து இருக்க வேண்டும். அதற்கு என்ன வழி?

பதில்: நீ எப்போதும் சந்தோஷமாய் இருக்க வேண்டும் என்பதுதான் என் விருப்பம். அதற்காக உன்னை ஆசீர்வதிக்கவும் செய்கிறேன். ஆனால் அந்த சந்தோஷத்தைப் பெறுவதும் பெறாததும் உன் கையில்தான் உள்ளது.

கேள்வி: நீ என் மீது கருணை கொண்டவன் என்பது உண்மையானால் எனக்கு எதற்காக துன்பங்களைக் கொடுக்கிறாய்?

பதில்: நீ அனுபவிக்கும் துன்பங்கள்தான் உன்னை என் அருகில் கொண்டு வரும் வழி.

கேள்வி: நீ என் மீது அன்பு செலுத்துவது போலவே நான் எல்லோரிடமும் அன்பு காட்டத் துணை புரிய வேண்டும்.

பதில்: அடடே...! கடைசியில் உண்மையைக் கண்டுபிடித்துவிட்டாயே! நீ வாழ்க்கையில் பெற வேண்டிய எல்லா சந்தோஷங்களுக்கும் அதுதான் வழி...!

அவர்கள் படித்துக் கொண்டிருக்கும் போதே ஓவியாவின் கைப்பையில் இடம்பிடித்து இருந்த செல்போன் ரிங்டோனை வெளியிட்டது. எடுத்து அழைப்பது யார் என்று பார்த்துவிட்டு

மற்றவர்களைப் பார்த்தாள். அவர்கள் மண்டபச் சுவரில் எழுதப்பட்டு இருந்த வாசகங்களை சுவாரஸ்யமாய் படித்துக் கொண்டிருந்தார்கள்.

ஓவியா மண்டபத்தைவிட்டு வெளியே வந்து ஓரமாய் ஒதுங்கி நின்று தாழ்ந்த குரலில் பேசினாள்.

"அப்பா...! நான் இப்போ ஐஸ்வர்யப் பெருமாள் கோயில்ல இருக்கேன்...!" ஓவியா சொல்ல மறுமுனையில் அவளுடைய அப்பா சீதாபதி கேட்டார்.

"உனக்குப் பக்கத்துல யாரும் இல்லையே?"

"இல்லை..."

"பேசலாமா?"

"ம்..."

"கோயில் எப்படியிருக்கு?"

"அரதப்பழசு...! கண்கொண்டு பார்க்க முடியலை. இப்படி ஒரு மோசமான கோயிலை தமிழ்நாட்ல எங்கேயும் பார்க்க முடியாது...!"

"ஓவியா! நான் ஏற்கெனவே சொன்ன மாதிரி அந்தக் கோயில் இருக்கிற நிலைமையைப் பார்த்துட்டு அதை அண்டர்எஸ்டிமேட் பண்ணிடாதே...! எந்த ஒரு கோயிலுக்கும் காரணம் இல்லாமே பெயர் வந்துடாது. திருவிடந்தையில் நித்ய கல்யாணப் பெருமாள் கோயில் இருக்கு. அங்கே தினசரி ஒரு கல்யாணமாவது நடக்கிறதாய் ஐதீகம். அதனால்தான் அந்தக் கோயிலுக்கு நித்ய கல்யாணப் பெருமாள் கோயில்ன்னு பேர். அதேபோல் திருக்கருகாவூர் கோயிலில் உள்ள முல்லைவன நாதர் திரு உருவச் சிலையில் முல்லைக் கொடி பதிஞ்சு உண்டான தடத்தின் காரணமாய் அந்த இறைவனுக்கு முல்லைவன நாதர்ன்னு பேர் வந்தது.அதேமாதிரிதான் 'ஐஸ்வர்யப் பெருமாள்'ன்னு பேர் வர்றதுக்கும் அந்தக் கோயில்ல ஒரு காரணம் ஒளிஞ்சிருக்கு. அங்கே குடிகொண்டு இருக்கிற பெருமாள் சாதாரணமானவர் இல்லை. திருப்பதி பெருமாளைப்போல் பணம் படைச்சவர்.

அந்தக் கோயில்ல நூறு கோடி பசும்பொன் காசுகளும், விலை மதிக்கமுடியாத நவரத்னக் கற்களும், ஏதோ இடத்தில் புதைக்கப்பட்டு இருக்கு... அந்த மொத்த ஐஸ்வர்யமும் எங்கே, எந்த இடத்தில்

புதைக்கப்பட்டு இருக்கு என்கிற விபரம் ஒரு சித்தர்க்கு மட்டும் தெரிந்த ரகசியம். அவரும் அந்த ரகசியத்தை ஒரு பாடலாய் எழுதிக் கோயிலோட கர்ப்பக் கிருகத்தில் பதிச்சு வெச்சுட்டதாய் ஒரு செய்தி. ஆர்க்கியாலஜி டிபார்ட்மெண்ட்டில் டைரக்டராய் வேலை பார்த்து ரிடையராயிருக்கிற நான் அந்தச் செய்தியை நூறு சதவீதம் நம்பறேன். நீயும் நம்பணும்."

"அப்பா...! நீங்க இவ்வளவு தீர்க்கமாய் - உறுதியாய் சொல்றீங்க. ஆனா கோயிலைப் பார்த்தா அப்படித் தெரியலை. ஊர் மணியம் புண்ணியத்தாலதான் கோயில்ல மூணு கால பூஜை நடக்குதாம்."

"ஓவியா...! அது காலத்தின் கோலம். நான் சொல்றதை நம்பு... நான் சொன்னபடி நீ நடந்துகிட்டா அந்தக் கோயிலில் இருக்கிற ஐஸ்வர்யப் புதையலை நம் வீட்டுக்குக் கொண்டு வந்துடலாம்."

ஓவியாவின் கண்களில் லேசாய் ஒரு சந்தோஷம் எட்டிப்பார்த்தது.

"நான் இப்ப என்ன செய்யணும்னு சொல்லுங்கப்பா."

"கவனமாக் கேளு! நான் உனக்குக் கொடுத்து இருக்கிற தீப்பெட்டி சைஸ் அளவே உள்ள இன்ஃப்ரா ரெட் கேமிரா வெரி ஃபவர்புல். எந்த ஒரு பொருளையும் ஊடுருவி படம் எடுக்கக் கூடியது. கர்ப்பக்கிருகத்துக்குள் நீ போனதும் கைகளைக் கும்பிடுற மாதிரி வைச்சுகிட்டு போட்டோ எடுக்கணும். நீ போட்டோ எடுக்கிறது யார்க்கும் தெரியக்கூடாது. உன்னோட டி.வி. யூனிட்ல இருக்கிற யார்க்கும் எந்த சந்தேகமும் வராதபடி நடந்துக்க...!"

"அப்பா...!"

"என்ன...?"

"இது வீண் முயற்சின்னு என்னோட மனசுக்குப் படுது. நீங்க நினைக்கிற மாதிரி இந்த ஐஸ்வர்யப் பெருமாள் கோயிலுக்குள்ளே நூறு கோடி பசும்பொன் காசுகளும், நவரத்னங்களும் இருக்க வாய்ப்பே இல்லை."

"ஓவியா...! நான் ஆர்க்கியாலஜி டிபார்ட்மெண்ட்ல இருந்தவன். எது பொய் எது உண்மைன்னு எனக்கு நல்லாவே தெரியும். இதுக்கு முன்னாடி கும்பகோணத்துக்குப் பக்கத்தில் இருக்கிற 'மான் கரம்பை' என்கிற ஊர்ல இருந்த 'ஸ்வர்ணபுரீஸ்வரர்' கோயிலிலிருந்த ஒரு

கல்வெட்டைப் படிச்சு அந்த கல்வெட்டு வாசகங்கள்படி கோயிலோட குபேர மூலையில் தோண்டிப் பார்த்தபோது தங்கக் கட்டிகள் கிடைச்சது. அதைப்பத்தி உனக்கும் சொல்லியிருக்கேன்...”

ஓவியா மேற்கொண்டு பேசும் முன்பு மண்டபத்தில் இருந்து கீர்த்திவாசன், பாரதி கண்ணன் வெளிப்படவும் குரலைத் தாழ்த்தினாள்.

“அப்பா... அவங்க வெளியே வர்றாங்க. நான் ஃப்ரீயா இருக்கும்போது பேசறேன்!”

“சரி... நான் சொன்ன பேச்சுல நம்பிக்கை வை. இன்ஃப்ரா ரெட் கேமிரா மூலமாய் கர்ப்பகிருகத்தை போட்டோ எடு.”

“ம்... ம்...!”

ஓவியா செல்போனை அணைத்து கைப்பைக்குள் போட்டுக் கொண்ட விநாடி கீர்த்திவாசனும் பாரதிகண்ணனும் அவளை நெருங்கினார்கள்.

“போன்ல யார்... அப்பாவா?”

“ம்... கோயிலுக்குப் போய்ச் சேர்ந்தாச்சான்னு கேட்டார்.”

“நாலு தடிப்பசங்களோடு நம்ம அழகான பொண்ணு போயிருக்காளேன்னு அவர்க்கு ஒரு பயம்.”

பாரதிகண்ணன் சிரித்துச் சொல்லிக் கொண்டு இருக்கும்போதே பட்டர் உள்ளிருந்து வந்தார்.

“வாங்கோ...! பெருமாளுக்கு தீர்த்தாபிஷேகம் பண்ணி வஸ்த்ர அலங்காரம் பண்ணியாச்சு. மொதல்ல சேவியுங்க... அப்புறம் பேட்டி, ஷூட்டிங் வெச்சுக்கலாம்...” பட்டரை எல்லோரும் பின்தொடர்ந்தார்கள்.

ஓவியா தன் கைப்பையின் இன்னொரு அறையில் மறைத்து வைத்து இருந்த தீப்பெட்டி சைஸ் அளவே இருந்த இன்ஃப்ரா ரெட் கேமிராவை எடுத்து தன்னுடைய வலது கையின் உள்ளங்கையில் அடக்கிக்கொண்டு தொடர்ந்தாள்.

நெற்றி வியர்த்து...

இதயத்தின் துடிப்பு அதிகரித்தது.

2

நமது உடலில் ஏற்படும் வலியை அளக்க உதவும் கருவியின் பெயர் டோல்ஸ். ஒரு மனிதன் தாங்கக் கூடிய உச்சக்கட்ட வலியின் அளவு 9.5 டோல்ஸ். பெண்ணின் பிரசவ வலியின் அளவு 9.5 டோல்ஸ்.

சென்னை.

ஜி.ஹெச்.

வாசலில் ஜீப்பை நிறுத்திவிட்டு இன்ஸ்பெக்டர் சேது படிகள் ஏறியபோது சீ்ஃப் டாக்டர் பஞ்சாபகேசன் எதிர்ப்பட்டார். நேரம் நள்ளிரவைத் தாண்டியிருந்ததால் ஹாஸ்பிட்டல் பாலைவனமாய் தெரிந்தது. மின்சாரத்தைச் சாப்பிட்டுக் கொண்டிருந்த ட்யூப் லைட்டுகள் ஆங்காங்கே வெளிச்சத்தைத் தூவியிருந்தன.

"வாங்க இன்ஸ்பெக்டர்" டாக்டர் கையைப் பற்றிக் குலுக்க, சேது கேட்டார்.

"விஷயம் வெளியே யார்க்கும் தெரியாதே டாக்டர்?"

"தெரியாது. ட்யூட்டி டாக்டர்களுக்குக்கூட தெரியாது."

"தட்ஸ்... குட்! வாங்க பார்க்கலாம்..."

வராந்தாவில் நடந்தார்கள். சேது கேட்டார்.

"மார்ச்சுவரியில் இன்னிக்கு ட்யூட்டி இன்சார்ஜ் யாரு?"

"அய்யாசாமின்னு ஒரு வாட்ச் அண்ட் வார்ட். கூடவே அந்த ஆளுக்கு அஸிஸ்டண்ட் ஒருத்தன். பேரு சூசை."

“ரெண்டு பேர்க்கும் எத்தனை வருஷ சர்வீஸ்?”

“கிட்டத்தட்ட இருபது வருஷம்.”

“ரெண்டு பேர் மேலேயும் ஏதாவது ரிமார்க்ஸ்?”

“எதுவும் இல்லை... பட்... ரெண்டு பேர்க்குமே குடிப்பழக்கம் உண்டு. ட்யூட்டியில் இருக்கும்போது குடிக்க மாட்டாங்க.”

இருவரும் பேசிக்கொண்டே நடந்து வந்ததில் ஹாஸ்பிட்டலின் பின்பக்கம் இருந்த மார்ச்சுவரி வந்தது. புகை படிந்த மாதிரியான ட்யூப்லைட் வெளிச்சம். காற்றில் பார்மலின் நெடி. சுற்றிலும் பரவியிருந்த இருட்டில் மரங்கள் காற்றுக்கு அசைந்தன. வராந்தா பெஞ்சில் போடப்பட்டு இருந்த படுக்கையின் மேல் தவிப்போடு உட்கார்ந்திருந்த அந்த இரண்டு பேரும் டாக்டரையும் இன்ஸ்பெக்டரையும் பார்த்ததும் மார்புக்கு குறுக்காகக் கைகளைக் கட்டிக்கொண்டு எழுந்தார்கள்.

டாக்டர் பஞ்சாபகேசன் சொன்னார்.

“இன்ஸ்பெக்டர்! நான் சொன்ன அந்த அய்யாசாமியும் சூசையும் இவங்கதான்...!”

சேது அவர்களுக்கு முன்பாய் போய் நின்றார்.

“எத்தனை மணிக்கு ட்யூட்டிக்கு வந்தீங்க?”

“ராத்திரி எட்டு மணிக்கு... ஸார்.”

“எட்டு மணி வரைக்கும் ட்யூட்டியில் இருந்தது யாரு?”

“துரையப்பனும் முனிராஜும்.”

“வழக்கம்போல ட்யூட்டிக்கு வந்ததும் செக் பண்ணித்தானே சார்ஜ் எடுத்துக்குவீங்க?”

“ஆமாங்க ஸார்... அப்படித்தான் எடுத்துகிட்டோம்.”

“சார்ஜ் எடுக்கும்போது மார்ச்சுவரியில் எத்தனை பாடி இருந்தது...?”

“பதினேழு ஸார்.”

“ஆண் எவ்வளவு... பெண் எவ்வளவு?”

“ஆண் ஒன்பது; பெண் எட்டு ஸார்.”

“நல்லா எண்ணிப் பார்த்தீங்களா?”

“பார்த்தோம் ஸார்.”

“நல்லா எண்ணிப் பார்த்ததா சொல்றீங்க... பின்னே எப்படி ஒரு பொண்ணோட டெட்பாடி அதிகமாய் இருக்கும்?”

“அதான் ஸார் புரியலை...”

“சரி... மார்ச்சுவரிக்குள்ளே அதிகமாய் ஒரு பொண்ணோட டெட்பாடி இருந்த விஷயம் எப்ப உங்க ரெண்டு பேர்க்கும் தெரிஞ்சுது...?”

“மணி பனிரெண்டு இருக்கும் ஸார். ஐஸ் பார்ல படுக்க வெச்சிருந்த டெட் பாடியை ஃப்ரீஸர்ல வெச்சுடலாம்ன்னு நினைச்சு நானும் சூசையும் மார்ச்சுவரிக்குள்ளே போனோம். அதுக்காகவே ஒரு ஃப்ரீஸரைக் காலியாய் வெச்சிருந்தோம். ஃப்ரீஸரைத் திறந்தோம். திறந்து பார்த்ததுமே ரெண்டு பேரும் அதிர்ந்து போயிட்டோம். ஃப்ரீஸர்க்குள்ளே ஒரு டெட்பாடி இருந்தது. பாடிக்குத் தலை இல்லை. தலை இல்லாத அந்த பாடியைப் பார்த்ததும் ஏதோ விவகாரமா நடந்து இருக்குன்னு டாக்டர்க்கு தகவல் கொடுத்தோம்.”

டாக்டர் இன்ஸ்பெக்டரை ஏறிட்டார்.

“வாங்க... மொதல்ல பாடியைப் பார்த்துடலாம்.”

மார்ச்சுவரியின் அறைக் கதவை அய்யாசாமி திறந்துவிட டாக்டர் பஞ்சாபகேசனும் இன்ஸ்பெக்டர் சேதுவும் உள்ளே போனார்கள். உள்ளே ஏ.ஸியின் பனிக்குளிர் உறைந்து போயிருந்தாலும் – அதையும் மீறிக்கொண்டு நாசிக்குப் பிடிக்காத ஒரு வாடை அடித்தது. அறையின் மூலையில் ஓர் பெரிய ஐஸ் பார் தெரிய, ஆண் உடல் ஒன்று அதன் மேல் மல்லாந்து தெரிந்தது.

“எந்த ஃப்ரீஸர்?”

சூசை வேகமாய் முன்னால் போய் சுவரில் பொருத்தப்பட்டு இருந்த ஃப்ரீஸரை இழுத்தான்.

உள்ளே,

பனிப்புகை பரவியிருக்க ஒரு பெண்ணின் தலை இல்லாத உடல் தெரிந்தது. அறுபட்ட கழுத்தில் ரத்தம் உறைந்து போயிருந்தது.

தோள்பட்டை, மார்பு, இவைகளை வைத்துப் பார்க்கும்போது இளம் பெண் போல் தெரிந்தது.

"பாடியை வெளியே எடுத்துக் கிடத்து!"

சேது சொல்ல, அய்யாசாமியும் சூசையும் ஃப்ரீஸரில் இருந்த அந்தப் பெண்ணின் உடலை எடுத்துக் கீழே கிடத்தினார்கள். டாக்டர் குனிந்து பார்த்துவிட்டுச் சொன்னார்.

"ஏதோ ஒரு கூர்மையான ஆயுதத்தால் கழுத்தை பிசிறு இல்லாமல் வெட்டியிருக்காங்க... இன்ஸ்பெக்டர்! கொலையாளி இதுக்காக டாக்டர்ஸ் ஆப்ரேஷன் செய்ய உபயோகப்படுத்தற கத்தியைப் பயன்படுத்தியிருக்கணும். சாதாரண பழம் நறுக்கற கத்தியால் இப்படி துல்லியமாய் கழுத்தை வெட்ட முடியாது."

சேதுவின் பார்வை இப்போது அய்யாசாமி, சூசைமேல் திரும்ப - அவர்கள் இருவரும் கைகூப்பி கதறியபடி அவருடைய கால்களில் விழுந்தனர்.

"ஸார்...! எங்களுக்கும் இந்த சம்பவத்துக்கும் எந்த ஒரு சம்பந்தமும் இல்லை. தயவு பண்ணி எங்க மேல சந்தேகப்பட்டுடாதீங்க."

"ட்யூட்டியில் நீங்க ரெண்டு பேர்தான் இருந்து இருக்கீங்க... உங்களை மீறி உள்ளே யார் வந்து இந்த பாடியை வெச்சுட்டுப் போயிருப்பாங்க?"

"தெரியலை ஸார்..."

சேது டாக்டரை ஏறிட்டார்.

"டாக்டர்! இவங்க சொல்றது உண்மையா பொய்யா...? இவங்களை எந்த அளவுக்கு நம்பலாம்...?"

"இன்ஸ்பெக்டர்! இவங்க ரெண்டு பேரும் தப்பு பண்ணியிருக்க வாய்ப்பு இல்லை. மொதல்ல தலையில்லாத இந்தப் பெண்ணோட டெட்பாடி யார்ன்னு தெரிஞ்சா பாடி இங்கே எப்படி வந்ததுன்னு கண்டுபிடிச்சுடலாம்...!"

"ஓ.கே... இப்ப இந்த நிமிஷம் ஹாஸ்பிட்டல்ல எவ்வளவு பெண் நோயாளிகள் இருக்காங்கன்னு உங்களுக்குத் தெரியுமா...?"

"நூத்தி எழுபத்தேழு பேர்."

“அவங்க அத்தனை பேரும் இப்ப ஹாஸ்பிட்டலில் இருக்காங்களான்னு செக் பண்ணிப் பாருங்க... உண்மை தெரிஞ்சுடும்...”

“பார்த்துடலாம் வாங்க...” டாக்டர் பஞ்சாபகேசன் தன்னுடைய அறையை நோக்கி நடக்க ஆரம்பித்துவிட, இன்ஸ்பெக்டர் சேது தன் தலையில் தொப்பியைப் பொருத்திக் கொண்டு அவரைப் பின்தொடர்ந்தார்.

மனதுக்குள் சின்னதாய் ஒரு கேள்விக்குறி முளைத்து - அது பெரிய அளவில் விஸ்வரூபம் எடுத்தது.

‘தலையில்லாத இந்தப் பெண் யார்?’

‘இந்த உடலை இவ்வளவு பெரிய ஹாஸ்பிட்டலின் மார்ச்சுவரிக்குள் யார் கொண்டு வந்து, எப்படி வைத்துவிட்டுப் போனார்கள்?’ சேது யோசித்துக் கொண்டே நடந்தார்.

3

ஆண்களின் கண்களைக் காட்டிலும் பெண்களின் கண்கள் அழகாய் இருப்பதற்குக் காரணம் அவர்கள் அதிகமாகக் கண் சிமிட்டுவதுதான். ஆண்கள் ஒரு வருடத்திற்கு எண்பது லட்சம் முறை கண் சிமிட்டுகிறார்கள். பெண்கள் ஒரு கோடி முறை கண் சிமிட்டுகிறார்கள். 'கண்கள் அதிகமாக சிமிட்டப்படும்போது ரத்தம் அதிகமாகப் பாய்வதால் கண்கள் அழகாகின்றன' என்கின்றது உயிரியல் தத்துவம்.

ஐஸ்வர்யப் பெருமாள், கர்ப்பக்கிருகத்தில் ஐந்தரை அடி உயர விக்ரகத்தில் சங்கு - சக்கரத்தோடும் அபய ஹஸ்தத்தோடும் தீப ஒளியில் காட்சியளித்தார். இடையில் வெண்மை வஸ்திரம். கழுத்தில் துளசி மாலை. நெற்றியில் திருமண்ணோடு ஸ்ரீசூர்ணம், அம்சமான அலங்கார கோலம்.

நவநீத பட்டர் கற்பூர ஆரத்தி காட்டிக்கொண்டே சொன்னார். "மூலவரின் திருநாமம் ஸ்ரீ சௌம்ய நாராயண ஐஸ்வர்யப் பெருமாள். தாயாரின் பெயர் நீல பங்கஜாட்சி. உற்சவ மூர்த்தியின் பெயர் ஸ்ரீ ஹரிஹர நாராயணன். இந்தக் கோயிலின் ஆலய விமானத்தில் பெருமாள் நின்ற கோலத்திலும், அமர்ந்த கோலத்திலும், சயன கோலத்திலும், நர்த்தன கோலத்திலும் காட்சியளிப்பது ஒரு அற்புதமான விஷயம். இது மாதிரியான ஒரு அமைப்பு எந்தக் கோயிலிலும் கிடையாது."

பட்டர் சொல்லிக்கொண்டு இருக்கும்போதே ஓவியா குறுக்கிட்டாள் "பட்டரே...!"

"சொல்லுங்கோ...!"

"ஒரு அர்ச்சனை பண்ணணும்!"

"யார் பேர்க்கு?"

"என்னோட அப்பா பேர்க்கு!"

"மன்னிக்கணும்... உங்களுக்குப் பின்னாடி ஒரு அறிவிப்பு எழுதி வெச்சிருக்கோம். நீங்க பார்க்கலையா?"

"என்ன அறிவிப்பு?"

ஓவியா உட்பட எல்லோரும் திரும்பிப் பார்த்தார்கள். எந்தக் காலத்திலோ எழுதி வைக்கப்பட்ட அந்த அறிவிப்பு பெயிண்ட் உதிர்ந்து போன எழுத்துக்களில் தெரிந்தது.

பக்தர்களுக்கு ஓர் அறிவிப்பு!

இந்த ஐஸ்வர்யப் பெருமாள் திருக்கோயிலில் பெருமாளுக்கு அர்ச்சனை செய்ய விரும்புபவர்கள் தங்கள் பெயரையோ மற்ற உறவுகளின் பெயரையோ சொல்லக் கூடாது. சுவாமி பெயருக்கு மட்டுமே அர்ச்சனை செய்யவேண்டும்.

அந்த அறிவிப்பைப் படித்த ஓவியா பட்டரை ஒரு வியப்புப் பார்வை பார்த்தாள்.

"எதுக்காக இப்படி ஒரு அறிவிப்பு?"

"எந்த ஒரு பக்தரும் தன்னலத்தோடு இங்கே வந்து பெருமாளை சேவிக்கக்கூடாது. எல்லோர்க்கும் எல்லாமும் கிடைக்கணும். சுவாமி பேர்ல ஒருத்தர் அர்ச்சனை பண்ணினார்ன்னு சொன்னா அந்த அர்ச்சனையில எல்லா உயிர்களும் அடக்கம். புல், பூண்டு, மரம், செடி, கொடி முதல் எல்லா ஜீவராசிகளும் இறைவனுக்குள் அடங்கிடும்.சுவாமி பேர்க்கு அர்ச்சனை பண்ணும்போது இந்த பூலோகத்தில் இருக்கிற எல்லா உயிரினங்களையும் நினைக்கிறதுக்கு சமம். அதில் நீங்களும் அடக்கம். உங்களோட எதிரிகள் கூட அந்தப் பட்டியலுக்குள் வந்துடுவாங்க. உங்களுக்கு இன்னமும் தெளிவாய் விளக்கமாய் புரியணும்ன்னா ஒரு உதாரணம் சொல்றேன்.

ட்யூப் லைட்டை உங்க வீட்டு ஹாலில் போட்டா, குடும்பத்தில் உள்ள நாலு பேர்க்கு மட்டும்தான் வெளிச்சம் கிடைக்கும். அந்த

ட்யூப் லைட்டை ஒரு மண்டபத்தில் போட்டா எத்தனையோ பேர்க்கு அந்த வெளிச்சம் கிடைக்கும். அதுமாதிரி நம் பேரில் அர்ச்சனை செய்யறதைக் காட்டிலும் சுவாமி பேர்க்கு செஞ்சா நமக்குள்ளே அனைவரையும் நேசிக்கிற பக்குவம் வளரும்."

பாரதி கண்ணன் புன்னகைத்தான்.

"பரவாயில்லையே! ஒரு அர்ச்சனைக்குப் பின்னாடி இவ்வளவு பெரிய பொதுநலத் தத்துவம் ஒளிஞ்சிருக்கு..."

பட்டர் சிரித்தார்.

"இந்த 'அர்ச்சனை' மட்டுமில்ல; இறைவனோட சம்பந்தப்பட்ட எல்லா விஷயங்களும் அர்த்தம் பொதிஞ்சவைதான். கோயிலுக்கு வந்து மொட்டை போடறது, காது குத்துறது, எல்லாமே நம்ம உடம்போட ஆரோக்கியத்தோடு சம்பந்தப்பட்ட விஷயங்கள்..."

"எப்படி?"

"மொட்டை போடும்போதும் சரி; காது குத்தும்போதும் சரி; அந்த இடத்தில் உள்ள நரம்புகள் தூண்டிவிடப்பட்டு நம்ம உடல் ஆரோக்கியமாயிருக்கும். பெண்கள் மூக்குக் குத்தி தங்கத்தாலான மூக்குத்தி போடறதிலேயும் ஒரு மருத்துவ குணம் இருக்கு. தங்கம் அக்னிக்கு சமமானது. மூக்கில் தங்க மூக்குத்தி அணியும்போது அது மூக்கில் சென்று வரும் மூச்சுக்காற்றை சுத்தப்படுத்தி இதயத்தை ஆரோக்கியமாய் வெச்சிருக்கும். இந்தக் காரணத்தால்தான் பெண்களுக்கு அவ்வளவு சுலபத்துல ஹார்ட் அட்டாக் வர்றது இல்லை..."

கீர்த்திவாசன் சிரித்தான்.

"பரவாயில்லையே...! உங்ககிட்டே பேசிட்டிருந்தா நிறைய விஷயங்கள் கிடைக்கும் போலிருக்கே?"

"இது ஒண்ணும் நானாய் கண்டுபிடிச்சதில்லை. மகான்களும் சித்தர்களும் சொல்லிட்டுப் போனதைத்தான் நான் கிளிப்பிள்ளை மாதிரி சொல்லிட்டிருக்கேன்."

"நாங்க இந்தக் கோயிலை முதல் தடவையாய் ஒரு மணி நேரத்துக்கு முன்னாடி பார்த்தப்ப சிதிலமான இந்தக் கோயிலில் சுவாரஸ்யமான செய்திகள் எதுவும் இருக்காதுன்னு நினைச்சோம்.

இப்ப நீங்க பேசறதைப் பார்த்தா சுவையான விஷயங்கள் நிறைய இருக்கும் போலிருக்கே!"

பட்டர் பெருமையாய் தலையசைத்தார்.

"இந்த ஐஸ்வர்யப் பெருமாளோட கோயிலின் அருமை பெருமைகள் வெளியுலகத்துக்குத் தெரியாம போனதுக்குக் காரணம் இந்தக் கோயிலைப்பத்தி எடுத்துச் சொல்றதுக்கு சரியான நபர்களோ, மீடியாக்களோ இல்லாததுதான். இந்தக் கிராமத்து ஜனங்களையே எடுத்துக்கோங்க. யாரும் கோயிலுக்கு வரமாட்டாங்க. இங்கே வர்ற பக்தர்களை விரல் விட்டு எண்ணிடலாம். அவங்களும் பெருமாளை சேவிக்க வர்றது கிடையாது. வீட்ல இருக்கப் பிடிக்காமே வர்ற ரிடையர்டு பேர்வழிகள். கோயில் பிரகாரத்திண்ணையில உட்கார்ந்து ஊர் வம்பு பேசிட்டுப் போயிடுவாங்க...! ஏதோ இன்னிக்கு தெய்வாதீனமாய் இந்தக் கோயிலைப் பத்தி எடுத்துச் சொல்றதுக்காக நீங்க எல்லாரும் வந்து இருக்கீங்க... எனக்குத் தெரிஞ்சதை சொல்றேன். நல்லவிதமாய் படம் எடுத்து டெலிகாஸ்ட் பண்ணுங்க..."

"மொதல்ல சுவாமி பேர்ல அர்ச்சனை செய்யுங்க. அப்புறமா ஒரு தடவை கோயிலைச் சுத்திப் பார்த்துட்டு எதுக்கு முக்கியத்துவம் கொடுக்கணுமோ அதுக்குக் கொடுத்துப் படப்பிடிப்பை நடத்திக்கலாம்...!"

"இதோ...! அர்ச்சனை பண்ணிடலாம். இங்கே அர்ச்சனை எல்லாம் தமிழ்லதான்" சொன்னவர் கணீரென்ற குரலில் 'குலம் தரும், செல்வம் தந்திடும், அடியார் படுதுயராயினவெல்லாம் நலம் தரும் சொல்லை நான் கண்டு கொண்டேன் நாராயணா எனும் நாமமே...!' என்ற ராமானுஜர் பாடலைப் பாடிக் கொண்டே கர்ப்பக் கிருகத்துக்குள் நுழைந்தார் பட்டர்.

ஓவியா தன் இரண்டு உள்ளங்கைகளுக்குள் ஒளித்து வைத்து இருந்த அந்தச் சிறிய தீப்பெட்டி அளவே உள்ள இன்ஃப்ரா ரெட் கேமிராவை யார்க்கும் தெரியாமல் கர்ப்ப கிருக சுவர்களை நோக்கித் திருப்பினாள். யாரும் பார்க்கவில்லை என்பதை உறுதி செய்துகொண்டு கேமிராவை இயக்கினாள்.

அதிலினின்றும் வெளிப்பட்ட அந்த கண்ணுக்குத் தெரியாத இன்ஃப்ரா ரெட் கதிர்கள் கர்ப்பக்கிருகத்தில் இருந்த நான்கு பக்க சுவர்களையும் ஊடுருவித் தேடியது. திருட்டுத்தனமாய் கதிர்களைப் பாய்ச்சியது.

4

பெண்கள் ஏன் வேதம் ஓதக்கூடாது? என்ற சர்ச்சையான கேள்விக்கு சிவாச்சாரியார் சொன்ன பதில்:

வேத மந்திரங்கள் ரிஷிகளாலும் முனிவர்களாலும் உருவாக்கப்பட்டு உச்சரிக்கப்பட்டவை. அந்த வேத மந்திரங்களை ஒரு குறிப்பிட்ட அலைவரிசையில் தான் சொல்ல வேண்டும், மாத்திரைகளில் எப்படி ஸ்ட்ராங், டபுள் ஸ்ட்ராங் என்று ஒவ்வொன்றுக்கும் தனியான ஒரு வீரியம் இருக்கிறதோ அதுபோல ஒவ்வொரு வேத மந்திரத்துக்கும் ஒரு தனி சக்தி உள்ளது. ஒரு வேத மந்திரம் முதன் முதலில் எந்த அலை வரிசையில் சொல்லப்பட்டதோ, மீண்டும் மீண்டும் அதே அலை வரிசையில் சொல்லப்பட வேண்டியது அவசியம். மாறுதலாகச் சொல்லும்போது நம் உடலிலும் அந்த மாறுதல்கள் எதிரொலிக்கும். உடல் என்று வரும்போது பெண்ணுக்கும் ஆணுக்கும் நிறைய மாறுதல்கள்! பெண்கள் வேதம் சொல்லும் பொழுது அதன் அதிர்வுகளால் கர்ப்பப்பையில் கூட மாறுதல்கள் உண்டாகும் என்கிறது சாஸ்திரம். உடலில் மாறுதல் ஏற்படும்போது உள்ளத்திலும் மாறுபாடு தோன்றும். சிலருடைய சாந்தமான குணம் கூட மாறும். பெண் தன்மையிலிருந்துகூட மாறுதல் ஏற்படும். எப்படி ஒரு ட்ரான்சிஸ்டரில் அலைவரிசைக்கான முள் ஒரு புள்ளி நகர்ந்தாலும் ஸ்டேஷன் மாறிவிடுமோ...? அதுபோல்தான்!

ஜி. ஹெச்.

டாக்டர் பஞ்சாபகேசன் அறை. இன்ஸ்பெக்டர் சேதுவும் டாக்டரும் அரை மணி நேரத்தை காத்திருப்பில் செலவழித்திருக்க, ஹாஸ்பிட்டலின் பி.ஆர்.ஓ. விக்டர் உள்ளே வந்தார். அந்த இரவு நேரத்திலும் முகம் வியர்த்துப் போய் களைத்திருந்தது.

டாக்டர் கேட்டார்.

"என்ன விக்டர்...? பெண் நோயாளிகளின் எண்ணிக்கையை சரி பார்த்தீங்களா?"

"பார்த்தேன் டாக்டர். மொத்தம் நூத்தி எழுபத்தேழு பேர். டிஸ்சார்ஜ் இன்னிக்கு யாருமில்லை."

"தரோவா செக் பண்ணீங்களா?"

"பண்ணிட்டேன்... டாக்டர்!"

"சரி... நீங்க போங்க...!"

விக்டர் தயங்கியபடி நின்றார்.

"டாக்டர்...!"

"என்ன?"

"ஏதாவது பிரச்னையா?"

"பிரச்னைதான்...! இப்போதைக்கு எதுவும் வேண்டாம். நாளைக்கு சொல்றேன்... நீங்க போய் உங்க ட்யூட்டியைப் பாருங்க."

விக்டர் தலையசைத்து விட்டு அறையினின்றும் வெளியேறிப் போக, இன்ஸ்பெக்டர் சில விநாடிகள் மௌனம் காத்துவிட்டு நிமிர்ந்தார்.

"டாக்டர்...! பெண் நோயாளிகள்ல யாரும் காணாம போகலை. ஸோ... இறந்து போன பெண், நோயாளிகளைப் பார்க்க வந்த பொண்ணாய் இருக்கலாமோ?"

"எனக்கும் அப்படி ஒரு சந்தேகம் இருக்கு...! விசிட்டர்ஸ் ஹவர்ஸ் நேரத்துல நூத்துக்கணக்கான பேர் இந்த ஜி.ஹெச்சுக்குள்ளே வந்துட்டுப் போறாங்க. இதுல யாரைன்னு நாம கண்டுபிடிக்க முடியும்...!"

“டாக்டர்! நான் உங்ககிட்டே ஒரு கேள்வி கேட்டா தப்பா எடுத்துக்கமாட்டீங்களே?”

“நோ... நோ... கேளுங்க...”

“மார்ச்சுவரியில் வேலை பார்க்கிற அய்யாசாமி, சூசை இந்த இரண்டு பேர் மேலேயும் உங்களுக்கு ஏன் சந்தேகம் வரலை...?”

“ஸாரி... இன்ஸ்பெக்டர்! அவங்களை என்னால சந்தேகப்பட முடியலை. காரணம், தப்பு பண்ணினது அவங்களாய் இருக்கிற பட்சத்தில் மார்ச்சுவரியில் ஒரு பாடி அதிகமாய் இருக்கிற விஷயத்தை என்கிட்டே சொல்லாம மறைச்சு இருக்கலாமே! பதறியடிச்சுட்டு வந்து ஏன் சொல்லணும்...?”

“அது ஏன் ஒரு நடிப்பாய் இருக்கக்கூடாது?”

“இன்ஸ்பெக்டர்! நீங்க அப்படி அந்த அய்யாசாமியையும் சூசையையும் சந்தேகப்படறதாய் இருந்தா அந்த ரெண்டு பேர்க்கும் முன்னாடி மார்ச்சுவரி ட்யூட்டியில் இருந்த துரையப்பனையும் முனிராஜையும் சேர்த்து சந்தேகப்படணும்.”

“ம்... யூ... ஆர் கரெக்ட் டாக்டர்...! அவங்க பேர்லேயும் எனக்கு சந்தேகம் இருக்கு... அந்த நாலு பேரையும் ஸ்டேஷனுக்குக் கொண்டு போய் லாக்கப்புல வெச்சு ஒரு ரெண்டு மணி நேரம் விசாரிச்சா போதும். எல்லா உண்மைகளும் வெளியே வந்துடும்...!”

டாக்டர் தலையசைத்தார். “ஓ.கே... இன்ஸ்பெக்டர்...! உங்களுக்கு அப்படி ஒரு எண்ணம் இருந்தா அந்த நடவடிக்கையை நீங்க தாராளமாய் எடுக்கலாம்.”

“தேங்க்யூ... டாக்டர்...! பட்... அந்த நடவடிக்கையை எடுக்கிறதுக்கு முந்தி எனக்கு அந்தத் தலையில்லாத பொண்ணோட போஸ்ட்மார்ட்டம் ரிப்போர்ட் வேணும்...”

“ரிப்போர்ட் நாளைக்குக் காலையில பதினோரு மணிக்குத்தான் கிடைக்கும்.”

இன்ஸ்பெக்டர் சேது எழுந்து கொண்டார்.

“ஓ.கே... டாக்டர்... நாளைக்குக் காலையில பதினோரு மணிக்கு வர்றேன். பாடி போஸ்ட்மார்ட்டம் போற வரை ரெண்டு கான்ஸ்டபிள்கள் மார்ச்சுவரியில் காவலுக்கு இருப்பாங்க...”

டாக்டர் பஞ்சாபகேசனும் தலையாட்டியபடி ஒரு பெருமூச்சோடு எழுந்து கொண்டார். தளர்வான குரலோடு இன்ஸ்பெக்டரை ஏறிட்டார்.

“ஒரு சின்ன ரெக்வெஸ்ட்!”

“சொல்லுங்க டாக்டர்!”

“கொலையுண்ட அந்த பொண்ணு யார்ன்னு தெரியற வரைக்கும் எந்த ஒரு மீடியா பீப்பிளுக்கும் தகவல் கொடுக்க வேண்டாம்.”

சேது புன்னகைத்தார்.

“இது எனக்குத் தெரியாதா...? மொதல்ல போஸ்ட்மார்ட்டம் ரிப்போர்ட் கைக்கு வரட்டும் டாக்டர்...! அதைப் பார்த்துட்டு அப்புறமாய் நடவடிக்கை எடுப்போம்...!”

சேது டாக்டரின் கையைப் பற்றிக் குலுக்கிவிட்டு அறையினின்றும் வெளியேறினார்.

5

பெண்கள் எவ்வளவு அழகாக இருந்தாலும் சரி கோபம் வரும்போது அவர்கள் முகம் கோணலாகி - பார்க்க சகிக்க முடியாத அளவுக்கு மாறிவிடும். அப்போது முக அழகு கெடுவது மட்டுமல்ல; மனமும் பாதிக்கப்படுகிறது. கோபத்தால் ரத்த அழுத்தம் உயர்ந்து ரத்த வேகம் அதிகரிக்கிறது. நரம்புகள் விறைப்படைந்து பின் திடீரென்று தளர்ந்து போவதால் அவைகள் பலவீனம் அடைகின்றன. நரம்புகள் பலவீனம் அடைவதால் உடம்பில் பலவித நோய்கள் உண்டாக வாய்ப்புகள் உருவாகின்றது.

கோபநிலையில் மனம் இல்லாதபோது அறிவின் இயக்க வேகம் விநாடிக்கு 14 சுற்றுக்கு மேல் செல்கிறது. அதுவே கோபத்தில் இருக்கும்போது 25 சுற்று 30 சுற்று என்று உயர்கின்றது. அதிகப்படியான கோபம் வரும்போது இன்னும் சுழற்சி வேகம் அதிகரித்து விநாடிக்கு 40 சுற்று என்ற அளவினை நெருங்கினால் உயிராற்றலின் வெளியேற்ற அளவையும் வெளியேற்ற வேகத்தையும் தாங்க முடியாமல் போகும்.

ஒரு ஆணைக் காட்டிலும் ஒரு பெண்ணுக்கு வரும் கோபம் அவளைப் பாதிக்கக் காரணம் அவளுடைய மென்மையான உடல் அமைப்பு, சில பெண்கள் முப்பது வயது முடிவதற்குள் வயதான தோற்றம் அளிப்பதற்குக் காரணம் அவர்கள் அடிக்கடி கோபப்படுவதுதான் என்று உடல் இயல் வல்லுநர்களும் மன இயல் வல்லுநர்களும் கற்பூரம் அடிக்காத குறையாக சத்தியம் செய்கிறார்கள்.

கிட்டத்தட்ட ஐந்து நிமிடம்.

கோயிலின் கர்ப்பக்கிருகத்திலிருந்து அர்ச்சனையை முடித்துக் கொண்டு வெளியே வந்த நவநீத பட்டர் எல்லோர்க்கும் தீபாராதனையைக் காண்பித்து துளசி தீர்த்தம் கொடுத்து - பின் சடாரியைத் தலைகளில் வைத்தார்.

கீர்த்திவாசன் நூறு ரூபாய் நோட்டு ஒன்றைக் காணிக்கையாய் தட்டில் போட, பட்டர் அவனை ஏறிட்டார்.

"தப்பா நினைக்காதீங்கோ... இந்த ரூபாய் நோட்டை எடுத்து அந்த உண்டியல்ல போட்டுருங்க..."

"ஏன்...?"

"தட்டுக் காசு எடுத்து நான் ஜீவனம் பண்றதில்லை. எனக்கு ஊர் மணியம் நல்ல சம்பளம் தர்றார். நான் தங்கியிருக்கிற வீட்டுக்கு வாடகை கிடையாது. மாசம் ஒரு அரிசி மூட்டையும், பருப்பும் ஊர் பண்ணை மானியமாக் கொடுத்துடறார். எனக்கு வேற ஒரு செலவும் இல்லை. தட்டுல விழற காசு எல்லாமே கோயிலுக்குத்தான்னு ஒரு சங்கல்பம் பண்ணிகிட்டு அப்படியே நடந்துட்டும் வர்றேன். இந்தக் கோயில் சிதிலமடைஞ்சு போயிருந்தாலும் இங்கேயிருக்கிற ஐஸ்வர்யப் பெருமாள் என்னை நல்லாவே வெச்சிருக்கார்."

பாரதி கண்ணன் சிரித்தான்.

"பொதுவா கோயில்ல இருக்கிற அர்ச்சகர்களும் பூசாரிகளும் தட்டுல விழற காசைத்தான் பெரிசா நம்பியிருப்பாங்க. அந்த விஷயத்திலும் நீங்க ரொம்பவே வித்தியாசமாய் இருக்கீங்க. நாங்க சென்னையிலிருந்து புறப்பட்டு வரும்போது இந்த ஐஸ்வர்யப் பெருமாள் கோயில் மேட்டர்தான் இண்ட்ரஸ்டிங்காய் இருக்கும்னு நினைச்சோம். பட் நீங்களே ஒரு இண்ட்ரஸ்டிங் பர்சனாய் இருக்கீங்க."

பட்டர் புன்னகைத்தார்.

"ஏதோ என்னோட மனசுக்குப்பட்டதை - அது சரியா தப்பான்னு எனக்குத் தெரியாது... தீர்மானமாய் பல வருஷமாய் பண்ணிட்டு இருக்கேன்."

ஓவியா கீர்த்திவாசனிடம் திரும்பினாள்.

"கீர்த்தி...! நாம வந்த வேலையை ஆரம்பிக்கலாம். இப்ப ஷூட்டிங்கை ஸ்டார்ட் பண்ணினால்தான் சாயந்தரத்துக்குள்ள முடிச்சுகிட்டு கும்பகோணம் போய் ஹோட்டல்ல கொஞ்ச நேரம் ரெஸ்ட் எடுத்துட்டு சென்னைக்குக் கிளம்ப முடியும்."

"இதோ! ஸ்டார்ட் பண்ணிடலாம். பாரதி! கேமிராவை செட் பண்ணு."

"பத்து நிமிஷம்...!" பாரதி கண்ணன் சொல்லிவிட்டு தன் அஸிஸ்டண்ட்டுகளோடு நடக்க, ஓவியா "கீர்த்தி!" என்றாள்.

"என்ன?"

"இந்தக் கோயிலைப் பத்தி ஒரு இன்டரோ ஒரு தடவை ரிகர்சல் பார்த்துடலாமா?"

"ம்... பார்த்துடலாமே! ஏதாவது ப்ரிப்பேர் பண்ணி வெச்சிருக்கியா...?"

"ம்..."

"பேசு பார்க்கலாம்...!"

ஓவியா தன்னிடம் இருந்த மைக் பட்டனை எடுத்து இடது தோள்பட்டை ஜாக்கெட் விளிம்பில் பொருத்திக்கொண்டு மதில் சுவர்க்குப் போய் நின்றாள். உதட்டை ஈரப்படுத்திக் கொண்டு புன்னகையோடு கணீரென்று பேச ஆரம்பித்தாள்.

"நேயர்களுக்கு வணக்கம். தமிழ்நாட்டின் மூலை முடுக்குகளில் உள்ள புராதனக் கோயில்களைத் தேடிப்பிடித்து, உங்கள் வரவேற்பறைக்குக் கொண்டு வரும் சீரிய பணியை மதியொளி டி.வி, செய்துகொண்டு இருப்பதைத் தமிழக மக்கள் பாராட்டிக் கொண்டு இருக்கிறார்கள். கூட்டம் உள்ள கோயில்களைக் காட்டிலும் கூட்டம் இல்லாத கோயில்களில் இறை உணர்வும், கலையழகும் கொட்டிக் கிடப்பதை எங்கள் படக்குழுவினரால் பார்க்க முடிகிறது.

அந்த வகையில் இன்றைக்கு நாம் பார்க்கப் போகிற கோவில்தான் ஐஸ்வர்யப் பெருமாள் கோயில். நான் இப்போது பேசிக்கொண்டு இருப்பதும் அந்தக் கோயிலின் உள்ளே இருக்கும் உட்பிரகாரத்தில் இருந்துதான்.

சரி...! இந்தக் கோயில் எங்கே, எந்த இடத்தில் அமைந்து இருக்கிறது என்று பார்க்கலாமா? இந்த திருக்கோவில் அமைந்துள்ள கிராமத்தின் பெயர் ஐஸ்வர்யபுரம்.

இந்த கிராமம் கும்பகோணத்திலிருந்து நேர் கிழக்கில் முப்பது கிலோ மீட்டர் தொலைவில் உள்ளது. அழகிய கிராமம். நகரத்தின் நாகரீகங்கள் இன்னமும் இங்கே எட்டிப் பார்க்கவில்லை. அதனால்தானோ என்னவோ இங்கே மனிதாபிமானம் இன்னமும் உயிர்ப்போடு வாழ்ந்து கொண்டு இருக்கிறது.

அற்புதம் நிறைந்திருக்கும் இந்தக் கோயிலில் நவநீத பட்டர் என்பவர் கடந்த பல வருடங்களாக ஐஸ்வர்யப் பெருமாளுக்கு மூன்று கால பூஜைகளை செய்து வருகிறார். அவரிடம் இப்போது இந்தக் கோயிலைப் பற்றிக் கேட்போம்."

ஓவியா பேசி முடிக்க கீர்த்திவாசன் "ஓ.கே... இப்படியே பேசிடு...! அதோ...! பாரதியும் கேமிராவோட வந்தாச்சு..."

ஓவியா சொன்னாள். "மொதல்ல பட்டர்கிட்டே பேட்டி எடுத்துடுவோம்...!"

"அதுவும் சரிதான்...! நீ பேட்டி எடுத்து முடிக்கிறதுக்குள்ளே நான் கோயிலைச் சுத்திப் பார்த்துட்டு வந்துடறேன்! அப்பத்தான் எந்தெந்த இடத்துல படப்பிடிப்பை வெச்சுக்கலாம்னு ஒரு ஐடியா உருவாகும்... வேலையும் சீக்கிரமாய் முடியும்..."

"நீ போய் பார்த்துட்டு வா கீர்த்தி... இங்கே படப்பிடிப்பை சீக்கிரமாய் முடிச்சுட்டா திருப்பாம்புரம் கோயிலுக்குப் போய் பாதி ஷூட்டிங்கை ஷெட்யூல் பண்ணிடலாம்."

"மொதல்ல... இங்கே ஷூட்டிங்கை முடிப்போம். அப்புறம் திருப்பாம்புரம் போறதைப் பத்தி யோசிப்போம்." கீர்த்தி சொல்லிவிட்டு நகர, ஓவியா பட்டரிடம் திரும்பினாள்.

"திருப்பாம்புரம் கோயில் இங்கிருந்து எவ்வளவு தூரம்?"

சில விநாடிகள் பட்டர் யோசித்துவிட்டுச் சொன்னார்.

"அந்தக் கோயில் கும்பகோணம் - காரைக்கால் நெடுஞ்சாலையில், கும்பகோணத்திலிருந்து இருபது கிலோ மீட்டர் தொலைவில் உள்ள

கற்கத்தி கிராமத்திலிருந்து தெற்கே மூணு கிலோ மீட்டர் போனால் வரும். ரொம்பவும் விசேஷமான கோயில். அந்தத் திருத்தலத்தில் ராகுவும் கேதுவும் பிற கோயில்களில் இருப்பதைப்போல் தனியே இல்லாமல் ஒரே சரீரமாகி கடவுளை நெஞ்சில் நிறுத்தி ஈசனின் அருளைப் பெற்றதாய் ஐதீகம். அங்கே இருக்கும் ராகு கேதுவுக்கு ‘ஏக சரீர ராகு கேது’ என்று பெயர்.”

ஓவியா வியப்பில் தன் புருவங்களை உயர்த்தினாள். “பரவாயில்லை...! மத்த கோயில்களைப் பத்தியும் தெரிஞ்சு வெச்சிருக்கீங்க...”

பட்டர் சுற்றும் முற்றும் பார்த்துவிட்டு - பாரதி கண்ணன் கேமிரா கோணத்தில் மும்முரமாய் இருப்பதையும் பார்த்துவிட்டு - ஓவியாவிடம் குரலைத் தாழ்த்தினார்.

“உன்னோட பேர் ஓவியாதானே?”

“ஆமா...!”

“சொல்லுங்க...”

“எனக்குக் கோயிலோட வரலாறுகளும் தெரியும்; மனித மனங்களில் ஓடிக்கிட்டு இருக்கிற எண்ணங்களும் தெரியும்.”

“உண்மையாவா...?”

“ம்... இதுல பொய் சொல்ல என்ன இருக்கு?”

ஓவியா புன்னகைத்தாள். “சரி...! இப்ப என்னோட மனசுல எது மாதிரியான எண்ணங்கள் ஓடிக்கிட்டு இருக்குன்னு உங்களால சொல்ல முடியுமா?”

“முடியும்...”

“சொல்லுங்க... பார்க்கலாம்...”

“அதி நவீன இன்ஃப்ரா ரெட் கேமிராவால கர்ப்பக் கிருகத்தில் இருந்த சுவர்களைப் போட்டோ எடுத்து இருக்கோமே! சுவர்க்குள் இருக்கிற அந்தக் கல்வெட்டு வாசகங்கள் காமிராவில் பதிவு ஆகி இருக்குமோ... இருக்காதோ என்கிற எண்ணம்தான் உன்னோட மனசுக்குள்ளே இப்ப ஓடிட்டு இருக்கு...!”

ஓவியா திக்கென்று அதிர்ந்துபோய் பட்டரையே பார்த்தாள்.

6

இந்தியாவின் தலை காஷ்மீர். காஷ்மீர்க்கு இரண்டு தலைநகரங்கள். ஒன்று ஜம்மு. இரண்டாவது காஷ்மீர்.

காஷ்மீர் வாழ் மக்களுக்கு இரண்டு குடியுரிமைகள். வெளி மாநிலத்தைச் சேர்ந்தவர்கள் யாரும் நிலம் வாங்க முடியாது.

காஷ்மீர்ப் பெண்கள் வெளி மாநிலத்தவரை மணந்தால் குடியுரிமை பறிபோகும். சொத்து வரி, நிலவரி, காஷ்மீர் மக்களுக்கு இல்லை. கடந்த 50 ஆண்டு காலமாக காஷ்மீரில் மட்டும் அரிசி, எண்ணெய், கோதுமை, சர்க்கரை ஆகியவைகளின் விலை உயராமல் ஒரே நிலையில் உள்ளது.

இன்ஸ்பெக்டர் சேது தன்னுடைய பைக்கை ஜி.ஹெச்சின் டூ வீலர் பார்க்கிங்கில் நிறுத்திவிட்டு கீழே இறங்கியபோது பகல் பதினோரு மணி. சென்னை வெய்யில் நடு மண்டையில் இறங்கி சுரீரென்றது. தலைக்குத் தொப்பியைப் பொருத்திக் கொண்டு ஹாஸ்பிட்டலின் வராந்தாவில் வேகமாய் நடந்து டாக்டர் பஞ்சாபகேசனின் அறைக்குள் நுழைந்தார்.

"குட்மார்னிங் டாக்டர்!"

டாக்டர் ஒரு புன்னகையோடு நிமிர்ந்தார். "குட் மார்னிங் இன்ஸ்பெக்டர்! இப்பத்தான் உங்களை நினைச்சேன்."

"எனிதிங்க்... இம்பார்ட்டண்ட்?"

"இப்பத்தான் அந்தப் பொண்ணோட போஸ்ட்மார்ட்டம் கைக்கு வந்தது."

சேது டாக்டர்க்கு எதிரில் இருந்த நாற்காலிக்கு சாய்ந்து கொண்டே கேட்டார்.

"பி.எம். ரிப்போர்ட் என்ன சொல்லுது டாக்டர்?"

"அந்தப் பெண் கொலை செய்யப்பட்டு கிட்டத்தட்ட நாற்பது மணி நேரம் ஆகியிருக்கலாம். வயசு இருபத்தஞ்சிலிருந்து முப்பதுக்குள்ள... கழுத்தை துண்டிக்கறதுக்கு முன்னாடியே அவளை ஏதோ ஒரு வகையில் சாகடிச்சுட்டு உடம்பில் ரத்தம் உறைஞ்சுபோன பிறகு கொலையாளி கழுத்தை அறுத்து இருக்கலாம். அதுக்குப் பிறகு அந்த உடல் கெட்டுப் போகாம இருக்கறதுக்காக ஃபார்மலினில் போட்டுப் பாதுகாத்துருக்காங்க..."

"கொலையாளியோட பர்ப்பஸ் என்ன...? எதுக்காக இப்படி ஒரு கொலை பண்ணி அவளோட தலையை வெட்டி பார்மலினில் போட்டுப் பாதுகாத்து இந்த மார்ச்சுவரியில் கொண்டு வந்து திருட்டுத்தனமாய் வைக்கணும்...?"

"அதைப்பத்தித்தான் நானும் யோசனை பண்ணிட்டிருக்கேன் இன்ஸ்பெக்டர். ஹாஸ்பிட்டலோட பேரைக் கெடுக்கணும்ன்னு யாரோ திட்டம் போட்டு இப்படியொரு பாதகத்தைப் பண்ணியிருக்காங்க."

"டாக்டர்...! இனிமேலும் இந்த விஷயத்துல பொறுமை காக்க முடியாது. கொலை செய்யப்பட்ட அந்தப் பொண்ணு யார்...? கொலையாளி யார்...? கொலைக்கான மோட்டிவ் என்ன...? இந்த மூணு முக்கியமான கேள்விகளுக்குரிய பதில்கள் வெளியே வரணும்ன்னா நான் எடுக்கப் போற அதிரடி நடவடிக்கைகளுக்கு நீங்க ஆதரவு கொடுக்கணும்."

"உங்களோட அதிரடி நடவடிக்கை என்ன...?"

"மார்ச்சுவரியில் வேலை பார்க்கிற ஊழியர்களான அய்யாசாமி, சூசை, துரையப்பன், முனிராஜ். இந்த நாலு பேரையும் அரஸ்ட் பண்ணி லாக்கப்புக்குக் கொண்டு போய் விசாரிக்கிற விதத்துல விசாரிச்சா எல்லா உண்மைகளும் வெளியே வந்துடும்..."

டாக்டர் தோள்களைக் குலுக்கினார்.

"ஓ.கே...! அதுதான் உங்க விருப்பம்ன்னா தாராளமாய் அந்தக் கைது நடவடிக்கையை எடுங்க... பட் நான் ஏற்கனவே கேட்டுகிட்ட அந்த சின்ன ரிக்வெஸ்ட்..."

"என்ன...?"

"கொலையாளி யார் என்கிற உண்மை தெரியிறவரைக்கும் பேப்பர்க்கும், டி.விக்கும் இந்த நியூஸ் போக வேண்டாமே!"

"ஸாரி... டாக்டர்...! இனிமே எதையும் ஹைட் பண்ண முடியாது. பொண்ணோட உடம்பைப் போஸ்ட்மார்ட்டம் பண்ணியாச்சு. ரிப்போர்ட்டும் கைக்கு வந்தாச்சு. ஸோ பிரஸ் பீப்பிளுக்கு நியூஸ் கொடுத்தாகணும்." சொன்ன இன்ஸ்பெக்டர் தன்னுடைய செல்போனை எடுத்து ஸ்டேஷனில் இருந்த சப்-இன்ஸ்பெக்டர் விஜயகுமாரைத் தொடர்பு கொண்டார்.

"விஜய்...! ரெண்டு கான்ஸ்டபிளைக் கூப்பிட்டுகிட்டு வேன்ல புறப்பட்டு வாங்க. நாலு பேரைக் கைது பண்ணி லாக்கப்புக்குக் கொண்டு போகணும்... அப்படியே 'பிரஸ் மீட்'டுக்கும் அரேன்ஜ் பண்ணிடுங்க..."

7

எய்ட்ஸ் ஒரு உயிர்க்கொல்லி நோய். இந்த நோய் பரவுவதைத் தடுக்கும் வகையில் இப்போது ஒரு புதிய மருந்து கண்டுபிடிக்கப்பட்டு உள்ளது. இந்த மருந்தின் பெயர் 'வேக்ஸ் ஜென் இன்க்.' இந்த மருந்தானது எய்ட்ஸைப் பரப்பும் எச்.ஐ.வி. வைரஸை எதிர்க்கும் தன்மை கொண்டது. எனவே இதைத் தடுப்பு மருந்து போல் உடலில் செலுத்திக் கொள்வதால் எச்.ஐ.வி. தாக்குதலில் இருந்து தப்பித்துக் கொள்ளலாம் என்று சோதனையில் தெரிய வந்துள்ளது.

பட்டர் புன்னகைத்தார்.

"என்னம்மா... இப்படிப் பார்க்கிறே...? நீ யார்க்கும் தெரியாமே பண்ணின திருட்டுத்தனம் எனக்கு மட்டும் எப்படித் தெரிஞ்சுதுன்னு பார்க்கறியா...?"

"நா... நா... நாம அப்புறம்... தனியா சந்திச்சுப் பேசலாமா...?"

ஓவியாவின் நெற்றி வியர்த்துப் போயிருந்தது.

"ம்... பேசலாம்... அதுக்கு முன்னாடி உன்கிட்டே இன்னொரு விஷயத்தையும் சொல்லிடறேன்."

"எ...ன்...ன...?"

"கர்ப்பக்கிருகத்தோட சுவர்களுக்குள்ளே அந்த கல்வெட்டு வாசகங்கள் இருக்கலாம்ங்கிற நம்பிக்கையில் இன்ஃப்ரா ரெட் கேமிராவில் நீ போட்டோ எடுத்தது ஒரு பைசாவுக்குக் கூட உபயோகப்படாது. ஏன்னா நீ தேடிட்டு வந்த கல்வெட்டு வாசகங்கள் அந்த கர்ப்பக் கிருகத்துக்குள் இல்லை..."

ஓவியா தன் பெரிய கரிய விழிகளை விரித்தாள்.

"பி...பி... பின்னே...?"

பட்டர் பதில் சொல்வதற்குள் கேமிராமேன் பாரதி கண்ணன் குரல் கொடுத்தான்.

"ஓவியா...! கேமிராவோட ஆங்கிள் 'செட்' பண்ணியாச்சு... நீ பேட்டியை ஆரம்பிக்கலாம்..."

"இ... இதோ!"

"என்ன ஓவியா...! கொஞ்சம் நெர்வஸா தெரியறே...? கொஞ்ச நேரத்துக்கு முன்னாடி கூட ஃப்ரெஷ்ஷா இருந்தே?"

"ஒ... ஒ... ஒண்ணுமில்லை! லேசாய் பசி...!"

"இவ்வளவு காலையில பசியா...? ஃப்ளாஸ்க்ல காபி இருக்கு... சாப்ட்றியா...?"

"வேண்டாம் பாரதி...! பட்டர்கிட்டே பேட்டியை முடிச்சிட்டு ஊர்க்குள்ளே போய் ஏதாவது ஒரு ஹோட்டல்ல டிபன் சாப்பிடுவோம்... இப்ப நான் பேட்டியை ஸ்டார்ட் பண்றேன்."

"ஓ.கே...!"

காமிரா சுழன்றது.

ஓவியா சிறிய உருண்டை மைக்கை கையில் பிடித்த படி பேச ஆரம்பித்தாள். பட்டர் கொடுத்த அதிர்ச்சியில் ஓவியாவின் பாதி உற்சாகம் காணாமல் போயிற்று. செயற்கையான உற்சாகத்தோடு பேச ஆரம்பித்தாள்.

"வணக்கம் நேயர்களே! இப்போது இந்த ஐஸ்வர்யப் பெருமாள் கோயிலின் பட்டர் உங்களுக்கு கோயிலைப் பற்றி சொல்லப் போகிறார். அவர் என்ன சொல்லப் போகிறார் என்பதைக் கேட்க நானும் ஆவலாக உள்ளேன். கேட்போமா?"

ஓவியா தன் கையில் இருந்த மைக்கை அவரிடம் கொடுத்தாள். பட்டர் வாங்கிப் பேசினார்.

"இந்த டி.வி. நிகழ்ச்சியைப் பார்த்துட்டிருக்கிற எல்லா அன்பர்களுக்கும் அடியேனின் நமஸ்காரம். இந்த ஐஸ்வர்யப் பெருமாள்

கோயிலைப் பற்றி பேச ஆரம்பிச்சா... ஒரு நாள் போதாது. நிறைய சொல்லலாம். இது ரொம்பவும் புராதனமான கோயில். ஆழ்வார்களால் பாடப்பெற்ற வைணவத்தலம். திருப்பதி பெருமாளைக் காட்டிலும் இந்த ஐஸ்வர்யப் பெருமாள் சக்தி வாய்ந்தவர். சிரத்தை இல்லாமல் இந்த பெருமாளை சேவிச்சா பயன் ஏதும் இருக்காது. 'பெருமாள் நம் கண் முன்னே உறைந்து இருக்கிறார்' என்ற எண்ணத்தோடு சேவிக்க வேண்டும். அப்போதுதான் நாம் செய்யும் பிரார்த்தனை பலிக்கும்."

"இந்தக் கோயிலோட அமைப்பு எப்படி?" ஓவியா கேட்க அவர் தொடர்ந்தார்.

"இந்தக் கோயிலுக்கு ரெண்டு பிரகாரம். வெளிப் பிரகாரத்தில் மரங்களும், செடி கொடிகளுமாக பசுமை தழைக்க காட்சி அளிக்கிறது. நுழைவு வாயிலைக் கடந்து ஆலயத்திற்குள் செல்ல - மையப் பகுதியில் தும்பிக்கை ஆழ்வாரும், அவர்க்கு வலது புறம் ஆஞ்சநேயரும் உள்ளனர். கர்ப்பக்கிருகத்தை நோக்கியபடி கருடாழ்வார் நின்ற கோலத்தில் காட்சியளிக்கிறார்" பட்டர் பேசப் பேச ஓவியா இடைமறித்தாள்.

"இந்தக் கோயிலின் மகிமை என்ன?"

"நிறைய இருக்கு..."

"அப்படி மகிமை இருக்கிறதாய் இருந்தா கோயில்ல கூட்டம் இருக்கணுமே...?"

பட்டர் சிரித்தார். "கூட்டம் இருந்தால் தான் அந்தக் கோயிலில் மகிமை இருக்குன்னு அர்த்தம் இல்லை. என்னைப் பொறுத்தவரை ஒரு கொடுப்பினை இருந்தாத்தான் அந்த நபர் இந்தக் கோயிலுக்குள்ளேயே வர முடியும். அந்த வகையில் பார்க்கப் போனா இன்னிக்கு இந்தக் கோயிலைப் படம் எடுக்க வந்து இருக்கிற நீங்க எல்லோருமே போன ஜென்மத்தில் ஏதோ ஒரு வகையில் புண்ணியம் பண்ணியிருக்கணும்."

ஓவியா கேட்டாள்.

"இந்த ஐஸ்வர்யப் பெருமாளை இப்படித்தான் வழிபடணும்ன்னு ஏதாவது விதிமுறைகள் இருக்கா...?"

"அப்படியெல்லாம் விதிமுறைகள் ஏதும் இல்லை. ஆனா திருவோணம் நட்சத்திரம் வர்ற நாட்களில் அஷ்ட ஐஸ்வர்யங்களை

வேண்டுவோர் இந்த தலத்தில் அர்த்த ஜாமத்தில் துளசி இலையால் அர்ச்சனை செய்து பசும்பால் நைவேத்தியம் செய்தால் எல்லா ஐஸ்வர்யங்களையும் பெறலாம்.”

“அப்படிச் செய்தவர்கள் நல்ல நிலையில் இருக்கிறார்களா?”

“எத்தனையோ பேர்...!” பட்டர் சொல்லிக் கொண்டிருக்கும்போதே பாரதி கண்ணன் கேமிராவை அணைத்தான்.

“இதே கோயில்ல வேற ஒரு இடத்துல பேட்டியைக் கண்ட்டினியூ பண்ணிக்கலாம்...” பாரதி கண்ணனும், உதவியாளரும் காமிராவோடு வெளிப்பிரகாரத்தின் உட்பக்கமாய் நடக்க ஆரம்பித்துவிட - ஓவியா பட்டரையே பார்த்தபடியே நின்றாள்.

பட்டர் மார்புக்குக் குறுக்காய் கைகளைக் கட்டிக் கொண்டார். “என்னம்மா பார்க்கிறே?”

ஓவியா அக்கம் பக்கம் பார்த்துவிட்டு குரலைத் தாழ்த்தினாள். “நான் தேடிட்டு வந்த கல்வெட்டு வாசகங்கள் அந்தக் கர்ப்பக் கிருகத்தில் இல்லைன்னு சொன்னீங்க?”

“ஆமா...!”

“அங்கே இல்லைன்னா வேற எங்கே இருக்கு?”

“அதைச் சொல்றதுக்கு முந்தி உன்னோட ஜாதகம் எனக்கு வேணும்...”

“ஜாதகமா...?”

“ம்... ஜாதகம்ன்னா நீ பொறந்தப்ப கணிச்ச ஜாதகம் கிடையாது.”

“பின்னே?”

“உண்மையிலேயே நீ யாரு...? இந்தக் கோயிலில் இப்படியொரு கல்வெட்டு இருக்குன்னு உனக்கு சொன்னது யாரு...? யாரோட உத்தரவின் பேரில் காமிராவால் கர்ப்பக்கிருகத்தைப் படம் எடுக்க வந்தே...? இப்ப கேட்ட மூணு கேள்விகளுக்கும் நீ உண்மையான பதில்களைச் சொன்னா அதுதான் நான் கேட்ட ஜாதகம்.”

ஓவியா மனசுக்குள்ள நகம் கடித்தபடி யோசித்தாள். ‘அப்பாவைப் பற்றி இந்த பட்டரிடம் சொல்லலாமா... வேண்டாமா?’

பட்டர் சிரித்தார்.

“என்னம்மா யோசனை பண்றே...? ஏதாவது பொய் சொல்லி என்னை நம்ப வைக்கலாம்ன்னு பார்த்தா அது நடக்காது. முதல்ல பொய் சொல்லிட்டு அப்புறம் நீ உண்மையைச் சொன்னாலும் நான் உனக்கு உதவி பண்ண மாட்டேன்...!”

“இல்ல... நீங்க இவ்வளவு பட்டவர்த்தனமாய் பேசும்போது நான் எதையும் மறைக்க விரும்பலை. என்னோட உண்மையான பேர் ஓவியாதான். என்னோட அப்பா சீதாபதி....ஆர்க்கியாலஜி டிபார்ட்மெண்டில் டைரக்டராய் இருந்து ரிடையரானவர். அவர்க்கு தமிழ்நாட்டில் இருக்கற எல்லா பழம்பெரும் கோயில்களையும் பத்தின வரலாறு நல்லாத் தெரியும். அந்த அடிப்படையில் இந்த ஐஸ்வர்யப் பெருமாள் கோயிலைப் பத்தியும் இந்தக் கோயிலில் உள்ள ஒரு கல்வெட்டைப் பத்தியும் என்கிட்டே சொன்னார்.”

பட்டர் குறுக்கிட்டார்.

“புரியுது...! அந்தக் கல்வெட்டு கோயிலோட கர்ப்பக் கிருகப் பகுதியில்தான் இருக்கணும்னு நினைச்சு அவர் உன்னை இன்ஃப்ரா ரெட் கேமிராவோட அனுப்பி வைச்சுட்டார். அப்படித்தானே...?”

“ஆமா...”

“இந்த உண்மை உன்னோட வந்து இருக்கிற டி.வி. ஆட்களுக்குத் தெரியாதே...?”

“தெரியாது. ஆனா அவங்களுக்கு லேசா ஒரு சந்தேகம் இருக்கு...”

“என்ன சந்தேகம்...?”

“இந்த டி.வி. டீமில் இருக்கிற கீர்த்திவாசன், பாரதி கண்ணன் இந்த ரெண்டு பேர்கிட்டேயும் ஐஸ்வர்யப் பெருமாள் கோயிலைப் பத்திச் சொல்லி, அங்கே படப்பிடிப்பு நடத்தப் போலாம்ன்னு நான் சொன்னப்ப அவங்க உடனே ஒத்துக்கலை. ஓரளவுக்காவது கோயில் பிரபலமாய் இருக்கணும், அப்பத்தான் வ்யூவர்ஸ் பார்ப்பாங்கன்னு தட்டிக் கழிச்சுட்டாங்க. அதுக்கப்புறம் நான் மதியொளி டி.வியோட எம்.டிகிட்டே பேசி இங்கே வர்றதுக்கான ஒப்புதலை வாங்கினேன். நான் அப்படி ஒப்புதலை வாங்கினதால கீர்த்திவாசனுக்கும் பாரதி கண்ணனுக்கும் என் மேல லேசாய் ஒரு சந்தேகம்.”

“இந்தக் கல்வெட்டு பத்தின உண்மை அவங்களுக்குத் தெரியாதே...?”

“நிச்சயமாய் தெரியாது...! இந்தக் கோயில் பேர்ல தனிப்பட்ட முறையில் அப்படி என்ன உனக்கு இன்ட்ரஸ்ட்ன்னு கேட்டாங்க. அதுக்கு நான் ‘என்னமோ தெரியலை... இந்தக் கோயிலுக்கு நான் போன மாதிரி ரெண்டு தடவை கனவு கண்டுட்டேன். இந்தக் கோயிலைப் பத்தி வெளியே விசாரிச்சப்ப சக்தி வாய்ந்த கோயில்ன்னு சொன்னாங்க. அதை எம்.டிகிட்டே சொன்னேன். அவரும் ஷூட்டிங் போகச் சொல்லிட்டார். மத்தபடி இந்தக் கோயில் பேர்ல எனக்கு எந்தவிதமான ஒரு இன்ட்ரஸ்ட்டும் இல்லை’ன்னு சொல்லிட்டேன்...”

“சரி... உன்னோட அப்பாவுக்கு இந்தக் கோயிலில் ஒரு கல்வெட்டு இருக்கிற விஷயம் எப்படித் தெரியும்?”

“ஒரு பழங்கால ஓலைச் சுவடியில் ஐஸ்வர்யப் பெருமாள் கோயிலைப் பத்தியும், இந்தக் கோயிலில் வாழ்ந்த ஒரு சித்தரைப் பத்தியும் சொல்லப்பட்டு இருந்ததாம். இந்தக் கோயிலுக்கு சொந்தமான 100 கோடி பசும்பொன் காசுகளும், விலை மதிக்க முடியாத நவரத்தினக் கற்களும் எந்த இடத்தில் புதைக்கப்பட்டு இருக்கும் என்கிற விபரத்தை அந்த சித்தர் பாடலாய் எழுதி கோயிலின் ஏதோ ஒரு பக்கத்தில் பதிச்சு வைச்சுட்டுப் போயிட்டார்னு சொல்லுது அந்த ஓலைச்சுவடி.”

“அந்த ஓலைச்சுவடி இப்போ எங்கே?”

“என் அப்பாகிட்ட இருக்கு.”

பட்டர் ஒரு நமட்டுச் சிரிப்பு ஒன்றைச் சிந்திவிட்டு ஓவியாவை ஏறிட்டார்.

“நீயும் சரி; உன்னோட அப்பாவும் சரி; சரியான திசையில்தான் பயணம் பண்ணி வந்திருக்கீங்க... அப்பாவோட கணிப்பில் ஒரே ஒரு தப்பு மட்டும் இருக்கு...”

“என்ன தப்பு...?”

“100 கோடி பசும்பொன் காசுகளும், நவரத்ன கற்களும் புதைக்கப்பட்ட இடம் ஒரு கல்வெட்டுச் செய்தியில் இருக்கிறதாய் அவர் நினைச்சுட்டு இருக்கிறது தப்பு...”

“பின்னே...?”

“அந்தச் செய்தி ஒரு தாமிரப்பட்டயத்தில் இருக்கு.”

“தாமிரப்பட்டயமா...?”

“ம்... அந்த தாமிரப்பட்டயமும் இப்ப என் கிட்டதான் இருக்கு.”

“நா... நான்... அதைப் பார்க்கலாமா...?”

“அதுக்கு முன்னாடி... உன்னோட அப்பாகிட்டே நான் பிசினஸ் பேசணுமே...?”

8

துப்பாக்கி முனையில் மனிதர்களைக் கடத்தி வைத்து பணம் பறிப்பது போல் இணைய தளங்களைக் கடத்தும் செயல்களும் அதிகரித்து வருகிறது. கம்ப்யூட்டர் துறையில் உள்ள கிரிமினல்களில் சிலர் இந்த இணைய தள கடத்தல் வேலைகளில் ஈடுபடுகிறார்கள். ஆங்கிலத்தில் இதை ஹேக்கிங் (Hacking) என்று அழைக்கிறார்கள். புகழ் பெற்ற இணைய தளங்களை அவர்கள் தங்களது கடத்தல் சாஃப்ட்வேர் மூலம் முடக்கி வைத்து பின் சம்பந்தப்பட்டவர்களிடம் பேசி மிரட்டி பணத்தைக் கறக்கும் வேலையைச் செய்கிறார்கள். இந்த அநியாயத்தை தடுக்க கூகுள் நிறுவனம் ஒரு அதிரடி நடவடிக்கையை மேற்கொண்டு வருகிறது.

போலீஸ் லாக்கப்.

இன்ஸ்பெக்டர் சேதுவுக்கு முன்னால் மார்ச்சுவரி ஊழியர்கள் அய்யாசாமி, சூசை, துரையப்பன், முனிராஜ் நான்கு பேர் உடம்பில் துணியில்லாமல் இடுப்பில் ஜட்டி மட்டும் அணிந்து மண்டியிட்டு உட்கார்ந்து இருந்தார்கள். அவர்களுக்கு இரண்டு பக்கமும் சார்ஜண்ட்கள் லாட்டிகளோடு நிற்க சேது டெஸிபலைக் குறைத்து அடிக்குரலில் பேசிக் கொண்டிருந்தார்.

"உங்க நாலு பேர்ல யார் சொன்னாலும் சரி; எனக்கு உண்மை வேணும். ஏன்னா உங்க உதவி இல்லாமே மார்ச்சுவரிக்குள்ளே ஒரு டெட்பாடி - அதுவும் தலையில்லாத டெட்பாடி வர வாய்ப்பேயில்லை.

உங்கள்ல யாரோ ஒருத்தர் பண்ணின தப்பு; தப்பு பண்ணாத மத்த மூணு பேரை பாதிக்குது. உண்மையைச் சொல்லிட்டா... இந்த இன்ஸ்பெக்டர் சேது ஒரு சாது... இல்லேன்னா... தீ...!"

பயமுகங்களோடு மண்டியிட்டு உட்கார்ந்திருந்த நான்கு பேரும் ஒரு சேர தலைகளுக்கு மேல் கைகளை உயர்த்திக் கும்பிட்டார்கள். கோரஸாய் சொன்னார்கள்.

"அய்யா...! அந்த சாமி சத்தியமா எங்களுக்கு ஒண்ணும் தெரியாதய்யா..."

"இதையேதான் கடந்த ஒரு மணி நேரமாய் சொல்லிட்டு இருக்கீங்க...! கையில் லாட்டிகளோடு உங்களுக்குப் பக்கத்துல நின்னுட்டு இருக்கிற சார்ஜன்ட்ஸ் ரெண்டு பேர்க்கும் நான் கண் ஜாடை காட்டினாப் போதும். உங்க நாலு பேரோட உடம்பு புண்ணாயிடும். ஒவ்வொரு எலும்பும் அட்டவணை போட்டுகிட்டு மாசக் கணக்கில் வலிக்கும். உள்காயங்கள் ஆறி ஒழுங்கா நடக்கிறதுக்கு ஒரு வருஷம் பிடிக்கும். பரவாயில்லையா?"

"அய்யா...! என் பொண்டாட்டி பிள்ளை மேல சத்தியம் பண்ணிச் சொல்றோம். எங்களுக்கும் நடந்த அந்த சம்பவத்துக்கும் எந்த ஒரு சம்பந்தமும் இல்லீங்கய்யா..."

"இல்ல... உங்கள்ல ஒருத்தனுக்கும் அந்த சம்பவத்துக்கும் சம்பந்தம் இருக்கு. அந்த ஒருத்தன் யார்ன்னு கண்டுபிடிக்கிறதுக்காக மத்த மூணு பேரையும் அடிக்க வேண்டியிருக்கேன்னுதான் யோசனை பண்றேன்..." சொன்னவர் நிமிர்ந்தார்.

"சரி...! உங்க நாலு பேர்க்கும் கடைசி சான்ஸ் தர்றேன். இந்த சான்ஸை பயன்படுத்திக்கிட்டு தப்பு பண்ணினவன் உண்மையை ஒத்துக்கணும்...! ரைட்டர்...!"

"ஸார்..." ரைட்டர் பக்கத்து அறையிலிருந்து எட்டிப் பார்த்தார்.

"அதைக் கொண்டு வாய்யா...!"

ரைட்டர் வெளிப்பட்டார். அவருடைய கைகளில் நான்கு பேடுகள் பேப்பர், பேனாக்கள் தெரிந்தது.

"ம்... நாலு பேர்க்கும் குடய்யா."

ரைட்டர் தன் கையில் இருந்த பேடு, பேப்பர், பேனாக்களை அந்த நான்கு பேர்க்கும் கொடுத்தார். அவர்கள் தயக்கத்தோடு வாங்கிக்கொள்ள, குரலை உயர்த்திக் கேட்டார் இன்ஸ்பெக்டர்.

"உங்க நாலு பேர்க்கும் எழுதப் படிக்கத் தெரியுமில்ல?"

"தெரியும்ங்கய்யா."

"உங்கள்ல யாரோ ஒருத்தர்தான் குற்றவாளி. அவன் யார்ன்னு எனக்குத் தெரிஞ்சா போதும். அந்த ஒருத்தனைத் தூண்டிவிட்டது யாரு என்கிற உண்மையும் வெளியே வரணும். உங்க நாலு பேர்க்கும் ஒரு மணி நேரம் அவகாசம் தர்றேன். அந்த ஒரு மணி நேரத்துக்குள்ளே தப்பு பண்ணினவன் இந்தப் பேப்பர்ல உண்மையை எழுதியாகணும். நான் அவனைக் காட்டிக் கொடுக்க மாட்டேன், கடைசி வரைக்கும் அது ரகசியமாவே இருக்கும். நாலு பேரும் தனித்தனியாய் உட்கார்ந்து எழுதி என்கிட்டே கொண்டு வந்து கொடுத்துடணும். இந்த வாய்ப்பை உபயோகப்படுத்திக்கிட்டா உங்களுக்கு நல்லது. இப்ப என்கிட்டே சொன்னதையே லெட்டர்ல எழுதிக் கொடுத்தா நான் ஒத்துக்கமாட்டேன்" சொன்ன சேது பக்கத்தில் இருந்த சார்ஜண்ட்டிடம் திரும்பினார்.

"இந்த நாலு பேரையும் தனித்தனியா உட்கார வையுங்க. ஒருத்தர்க்கு ஒருத்தர் பேசிக்கக் கூடாது. சரியா ஒரு மணி நேரத்துக்கப்பறம் பேப்பரோட ஒவ்வொருத்தனையும் என்னோட ரூமுக்கு அனுப்புங்க."

"எஸ்... ஸார்..."

"இந்த வாய்ப்பையும் இவங்க உபயோகப்படுத்திக்கலைன்னா ரெட் செல்லுக்கு கொண்டு போய் பாதி உயிரை எடுத்துட வேண்டியதுதான்!"

9

பார்வைத் திறனற்றவர்களுக்காக செயற்கைக் கண்ணை அமெரிக்காவின் எம்.ஐடி. பல்கலைக் கழகம் உருவாக்கியுள்ளது. இந்த செயற்கைக் கண் இரண்டு கம்ப்யூட்டர் சிப்கள் கொண்டு உருவாக்கப்பட்டு உள்ளது. இவை ரெட்டினா செய்யும் வேலையைச் செய்யும். இதில் உள்ள ஒரு ஜோடிக் கண்ணாடிகள் சுற்றுப்புறத்தையும், ஒளியின் தன்மையையும் புகைப்படம் போல பதிவு செய்து கொள்ளும். இந்தத் தகவல்கள் சிப்களின் உதவியோடு எலக்ட்ரிக் நரம்புகள் மூலமாக மூளைக்குக் கடத்தப்படுகிறது. அதன் பிறகு மூளை தானாக அதைக் குறிப்பிட்ட பொருளாக ஏற்றுக்கொள்ளும். அதை ஒரு இடமாகவோ, குறியீடாகவோ அறிந்துகொள்ளும். இதனால் இந்த செயற்கைக் கண்ணைப் பொருத்தி இருப்பவர்கள் வழிகாட்டி இல்லாமல் தங்கள் இலக்கை நோக்கி ஆபத்தின்றி நடந்து செல்ல முடியும்.

சென்னை.

பெசன்ட் நகரின் கலாக்ஷேத்ரா காலனியில் ஐந்தாவது குறுக்குத் தெருவில் முதல் பங்களா.

பங்களாவின் பின்பக்க சிட் அவுட். சாயந்தர ஏழு மணி. மெலிதான கடல் காற்று.

சீதாபதி சிகரெட் பைப்பில் புகையிலைத் தூளை திணித்துக் கொண்டே தனக்கு முன்னால் உட்கார்ந்திருந்த ஓவியாவிடம் பதட்டக் குரலில் பேசிக் கொண்டிருந்தார்.

“ஓவியா! நீ சொல்றதை என்னால நம்ப முடியலையேம்மா!”

“அப்பா! நான் சொன்னதெல்லாம் முழுக்க முழுக்க உண்மை.”

“அந்த பட்டர் பேர் என்ன?”

“நவநீத பட்டர்...”

“அந்த தாமிரப் பட்டயம் அவர்கிட்டே தான் இருக்கா?”

“ஆமா...”

“காட்டினாரா...?”

“இல்லை...! உங்ககிட்டே பிசினஸ் பேசின பின்னாடி தான் அந்தத் தாமிரப் பட்டயத்தைக் காட்டுவாராம்.”

“அவரை எப்படி நம்பறது...?”

“நம்பித்தான் ஆகணும்... வேற வழியில்லை. நீங்க சரின்னு சொன்னா அவர் புறப்பட்டு வர்றாராம்.”

“அந்தப் பட்டரைப் பத்தி உன்னோட அபிப்பிராயம் என்னம்மா?”

“அப்பா...! ஆளைப் பார்த்தா, அப்பாவி மாதிரி இருக்கார். பட் பேச்சைப் பார்த்தா எல்லாரையும் தூக்கி சாப்பிடறவர் மாதிரி இருக்கார். எல்லாக் கோயில்களைப் பத்தியும் சரித்திரச் சான்றுகளோட பேசறார்.”

“அவரை நம்பலாம்ன்னு சொல்றியா?”

“தாராளமாய்...”

“அந்த பட்டர் என்னை என்னிக்கு பார்க்க வர்றதாய் சொன்னார்...?”

“நாம ‘வரலாம்’ன்னு க்ரீன் சிக்னல் கொடுத்தாத்தான் புறப்பட்டு வருவார்.”

“க்ரீன் சிக்னல் குடுத்துடு... புறப்பட்டு வரட்டும்.”

“நான் அவர்கிட்டே பேசறதைவிட நீங்களே பேசிட்டா அவர்க்கும் சந்தோஷமாய் இருக்கும்.”

“சரி! அவர்க்கு போன் போட்டுக் குடு...! நான் பேசிடறேன்...”

ஓவியா தன் செல்போனை எடுத்து பட்டரின் செல்போன் எண்களைத் தட்டிக் கொடுக்க சீதாபதி வாங்கி காதில் வைத்தார். ரிங்டோன் போய் பட்டரின் குரல் கேட்டது.

"நமஸ்காரம்...! பேசறது யாரு... ஓவியாவா?"

"ஓவியாவோட அப்பா!"

"டபுள் நமஸ்காரம்...! உங்க போனைத்தான் எதிர்பார்த்திட்டு இருக்கேன்."

"என்னோட டாட்டர் ஓவியா எல்லாத்தையும் சொன்னா. நீங்க உடனே புறப்பட்டு சென்னை வந்துடுங்க. நாம் மேற்கொண்டு என்ன பேசணுமோ. அதைப் பேசிடலாம்..."

"எப்ப வந்து உங்களைப் பார்க்கலாம்?"

"உடனே கூட நீங்க புறப்பட்டு வரலாம்."

"இப்ப மணி ஏழு. எட்டு மணிக்கு உங்களை வந்து மீட் பண்றேன்."

"என்னது...! எட்டு மணிக்கு வர்றீங்களா...? நீங்க இருக்கிறது கும்பகோணத்துக்குப் பக்கத்தில் உள்ள ஐஸ்வர்யப் பெருமாள் கோயில்ல. இன்னும் ஒரு மணி நேரத்துக்குள்ளே சென்னைக்கு எப்படி வர முடியும்?"

பட்டர் சிரித்தார்.

"வர முடியும்..."

"எப்படி முடியும்...? கும்பகோணம் என்ன... சென்னையில் இருக்கிற மைலாப்பூரா... உடனே ஒரு ஆட்டோவோ ஒரு கால்டாக்ஸியோ பிடிச்சு வர்றதுக்கு...?"

பட்டர் இப்போது பலமாய் சிரித்தார். "நான் இப்போ கும்பகோணத்தில் இருக்கிறதாய் உங்களுக்கு யார் சொன்னது?"

"பின்னே...?"

"நான் இப்போது சென்னையில் இருக்கிற ஆழ்வார் பேட்டையில் ஒரு சிநேகிதன் வீட்ல தங்கியிருக்கேன்."

"நீங்க எப்போ சென்னைக்கு வந்தீங்க...?"

"நான் நேத்திக்கு நைட் பஸ்ல புறப்பட்டு காலங்கார்த்தால சென்னைக்கு வந்துட்டேன். உங்ககிட்டயிருந்து எப்படியும் க்ரீன் சிக்னல் வரும்னு எனக்குத் தெரியும். அதுதான் அட்வான்ஸா புறப்பட்டு வந்துட்டேன். அப்படி புறப்பட்டு வந்ததில் ஒண்ணும் தப்பில்லையே?"

சீதாபதி சிரித்தார். “பட்டர் இவ்வளவு ஃபாஸ்ட்டாய் இருப்பார்ன்னு நான் நினைச்சுக்கூடப் பார்க்கலை.”

“இன்னிக்கு வரட்டுமா... இல்லை... நாளைக்கு காலையில வரட்டுமா...?”

“இன்னிக்கே வாங்க...! நானும் என்னோட டாட்டரும் ஃப்ரீயா இருக்கோம். பேச வேண்டியதைப் பேசி, செய்ய வேண்டியதைப் பத்தியும் பேசிடலாம்...”

“உங்க வீட்டு அட்ரஸைக் கொஞ்சம் தெளிவாய் சொல்லுங்க.”

“நோட் பண்ணிக்குங்க...”

10

ஜப்பானிய மோட்டார் வாகனத் தயாரிப்பு நிறுவனமான ஹோண்டா, நாய் பயணம் செய்வதற்கு வசதியான கார் ஒன்றை உருவாக்கியுள்ளது. - இந்தக் காரின் பெயர் 'வாவ்!' இந்தக் காரில் நாய்களுக்காக தனி இடம் ஒதுக்கப்பட்டுள்ளது. காரின் பின்னிருக்கையில் நாய்க்கென்றே மடித்து வைக்கக்கூடிய தடுப்பு அமைப்பு, சீட் பெல்ட், நழுவும் கதவு, டாய்லட் போய்விட்டால் எடுத்துக் கழுவக் கூடியதாய் கார் தளம் ஆகியவை அமைக்கப்பட்டுள்ளன.

ஜி. ஹெச்.

டாக்டர் பஞ்சாபகேசன் தன் அறையில் உட்கார்ந்து ஒரு பேஷண்ட்டின் ஸ்கேன் ரிப்போர்ட்டை உன்னிப்பாய் படித்துப் பார்த்துக் கொண்டிருந்தபொழுது அறைக்கதவு மெலிதாய் தட்டப்படும் சத்தம் கேட்டது.

"ப்ளீஸ்... கெட் இன்..." என்றார்.

இன்ஸ்பெக்டர் சேது உள்ளே நுழைந்தார்.

"குட்மார்னிங் டாக்டர்..."

"வெரி... குட்மார்னிங்...! ப்ளீஸ்... கம்" டாக்டர் நிமிர்ந்தார்.

நாற்காலியைக் காட்டினார்.

சேது உட்கார்ந்து கொண்டே கேட்டார்.

“பிஸியாய் இருக்கீங்களா டாக்டர்?”

“நோ... நோ... ஒரு ஸ்கேன் ரிப்போர்ட்டைப் பார்த்து மெடிஸன் ப்ரஸ்க்ரைப் பண்ணணும் அவ்வளவுதான்.”

“நான் உங்ககிட்டே கொஞ்சம் பேசணும்.”

“பை... ஆல்... மீன்ஸ்...! நானே உங்களுக்கு போன் பண்ணணும்னு நினைச்சுட்டிருந்தேன். மார்ச்சுவரி ஊழியர்கள் நாலு பேரை அரஸ்ட் பண்ணிக் கொண்டு போனீங்களே...! அவங்களை விசாரணை பண்ணதுல உபயோகமான தகவல் ஏதாவது கிடைச்சுதா...?”

“அதைப் பத்தித்தான் இப்ப பேசப் போறேன் டாக்டர்.”

டாக்டர் ஸ்கேன் ரிப்போர்ட் இருந்த ஃபைலை மூடி வைத்தார்.

“ம்... சொல்லுங்க...!”

“ஒரு பொண்ணோட தலையில்லாத உடம்பு மார்ச்சுவரிக்குள்ளே வந்ததுக்கு டாக்டர் ஒருத்தர்தான் காரணம்.”

“ஈஸிட்...?”

“எஸ்... அந்த நாலு பேரையும் லாக்கப்ல கொண்டு போய் விசாரிச்சப்ப எவனுமே வாய் திறந்து உண்மையைச் சொல்லலை. அதுக்கப்புறம் நாலு பேரையும் கடுமையாய் மிரட்டி கையில பேப்பர் பேனா கொடுத்து - சொல்ல நினைச்சதை எழுதச் சொன்னேன். ‘யாராவது ஒருத்தர் உண்மையை ஒத்துக்கிட்டாலும் அவங்க பேரை வெளியே சொல்லாமே ரகசியமா வெச்சிருந்து நடவடிக்கை எடுப்பேன்’னு சொன்னதால அந்த நாலு பேரும் என்னோட ஏற்பாட்டுக்கு ஒத்துக்கிட்டாங்க. அதுல ஒருத்தன் எழுதின லெட்டர்ல எல்லா உண்மையும் இருந்தது.”

“எ... எ... என்ன உண்மை...?”

“இதோ...! அந்த நாலு பேர்ல ஒருத்தன் எழுதின லெட்டர். நீங்களே படிங்க டாக்டர்.”

பஞ்சாபகேசன் வாங்கி அதில் பார்வையைப் போட்டார். பால்பாயிண்ட் பேனாவில் எழுதப்பட்ட கோணல்மாணலான எழுத்துக்கள் பார்வைக்குக் கிடைத்தது.

இன்ஸ்பெக்டர் அய்யா அவர்களுக்கு.

சூசை எழுதிக் கொண்டது. அய்யா... நான் இப்போ சொல்லப் போறது நூத்துக்கு நூறு உண்மை. ரெண்டு நாளைக்கு முன்னாடி ராத்திரி மணி பத்து இருக்கும். என்கூட ட்யூட்டியில் இருந்த அய்யாசாமி ஒரு அநாதை டெட்பாடியை மயானத்துல அடக்கம் பண்றதுக்காக போலீஸ் கான்ஸ்டபிளோட போயிருந்தான். மார்ச்சுவரி வாசல்ல நான் மட்டும் உட்கார்ந்து பீடி குடிச்சுட்டு இருந்தேன். அப்போ சீஃப் டாக்டர் பஞ்சாபகேசன் அந்தப் பக்கமாய் வந்தார். நான் பீடியை எறிஞ்சுட்டு எழுந்து நின்னேன். டாக்டர் பதட்டமாய் தெரிஞ்சார். என் பக்கத்துல வந்து நின்னவர் 'சூசை என்கூட கொஞ்சம் வா'ன்னு கூப்பிட்டார். நான் போனேன். டாக்டர் தன்னோட ரூமுக்கு கூட்டிட்டுப் போனார். ரூமுக்குள்ளே போனதும் கதவைச் சாத்தித் தாழிட்டார். நான் இதெல்லாம் எதுக்குன்னு யோசனை பண்ணிட்டு இருக்கும்போதே டாக்டர் பேச ஆரம்பிச்சார். 'சூசை! நான் இப்ப ஒரு இக்கட்டுல மாட்டிகிட்டு என்ன பண்றதுன்னு தெரியாமே முழிச்சுட்டு இருக்கேன். நீதான் உதவி பண்ணனும்'ன்னு சொன்னார். நான் 'என்ன உதவி'ன்னு கேட்டேன். அவர் என்னை அந்த ரூமில் இருந்த குளியலறைக்குக் கூட்டிப் போய்க் காட்டினார். பார்த்ததும் நான் அதிர்ந்து போயிட்டேன். ஒரு பொண்ணு அலங்கோலமான கோலத்தில் விழுந்து இறந்து போயிருந்தா.

டாக்டர் என் தோளைத் தொட்டார். 'சூசை இந்தப் பொண்ணு அவ்வளவு நல்லவ இல்லை. நான் என்னிக்கோ பண்ணின ஒரு தப்பைக் காரணம் காட்டி என்னை ப்ளாக் மெயில் பண்ணி பணம் பறிச்சுகிட்டு இருந்தா. நானும் அந்தத் தப்பு வெளியே தெரிஞ்சிடக் கூடாதேன்னு நினைச்சு அவளுக்குப் பணத்தை வாரி வாரிக் கொடுத்து இருக்கேன். இன்னிக்கும் ஒரு பெரிய தொகை கேட்டு அவ இங்கே வந்தா. நான் பணம் தர முடியாதுன்னு சொன்னதும் கத்தியைக் காட்டி

மிரட்டினா. எனக்கு வந்த ஆத்திரத்தில் பக்கத்தில் இருந்த கனமான ஸ்டூலை எடுத்து அவ தலையில் ஒரு போடு போட்டேன். அந்த விநாடியே சுருண்டு விழுந்து செத்துட்டா. ஒரு துளி ரத்தம் வெளியே வரலை... மூளையோட முகுளம் பகுதியில் பலமாய் அடிபட்டதால் இறந்து போயிருக்கலாம். இந்த உடம்பை யார்க்கும் தெரியாமே டிஸ்போஸ் பண்ணனும். அதுக்கு உன்னோட உதவி வேணும்'னு சொன்னார். நான் மொதல்ல தயங்கினேன். அப்புறம் டாக்டர் நிறைய பணம் தர்றதாய் சொல்லவும் ஒத்துக்கிட்டேன். பாடியை உடனே வெளியே கொண்டு போக முடியாத நிலைமை இருந்ததால அந்தப் பொண்ணோட பாடியை பார்மலினில் நனைச்சு ஒரு பெரிய பாலிதீன் பைக்குள்ளே திணிச்சு ட்ராலியில் வெச்சு கோடவுனுக்கு கொண்டு போயிட்டேன்.

அதுக்கப்புறம் டாக்டர் ராத்திரி பனிரெண்டு மணிக்கு மேல வந்தார்.

நாளைக்கு பாடியை டிஸ்போஸ் பண்ணும்போது எந்தப் பிரச்னையும் வரக்கூடாது. போலீஸ் கைக்கு பாடி கிடைச்சாலும் பொண்ணு யார்ன்னு தெரியக் கூடாதுன்னு சொல்லி கையில் வெச்சிருந்த ஆபரேஷன் பண்ற கூர்மையான கத்தியால பொண்ணோட தலையை வெட்டி தான் கையோடு கொண்டு வந்திருந்த சூட்கேஸில் போட்டுகிட்டார்.

'இதை நான் எரிச்சு சாம்பலாக்கிடறேன். நீ இதை நாளைக்குள்ளே எப்படியாவது வெளியே கொண்டு போய் டிஸ்போஸ் பண்ணிடு'ன்னு சொன்னார்.

நானும் பணத்துக்கு ஆசைப்பட்டு தலையாட்டிட்டேன். அதுக்கப்புறம் அந்த பாடியை மத்தவங்க கண்ணுல படாமே இருக்கிறதுக்காக ரெண்டு மூணு இடங்கள்ல மாத்தி மாத்தி வெச்சேன். எதுவும் சரிப்பட்டு வராததால் அய்யாசாமிக்குத் தெரியாமே பாடியை மார்ச்சுவரிக்குக் கொண்டு வந்துட்டேன்.

ஆனா என்னோட கெட்ட நேரமோ, டாக்டரோட கெட்ட நேரமோ தெரியலை. மார்ச்சுவரியில் நான் மறைச்சு வெச்சிருந்த

பொண்ணோட பாடியை அய்யாசாமி பார்த்துட்டான். சத்தம் போட்டான்.

நானும் அவனோடு சேர்ந்து அதிர்ச்சியடைஞ்ச மாதிரி நடிச்சேன். இந்த விஷயத்தை டாக்டர்கிட்டே சொல்லணும்னு அவன் ஓடினப்ப என்னால தடுக்க முடியலை. அய்யாசாமி டாக்டர்கிட்டே விஷயத்தைச் சொன்னப்ப அவர் என்னைப் பார்த்தார். அய்யாசாமியை இந்த விஷயத்துல சரிக்கட்ட முடியாதுன்னு அவர்க்குத் தெரியும். அதனால வேறு வழியில்லாமே போலீஸுக்குத் தகவல் கொடுத்தார். இந்த விஷயத்தில் நான் குற்றவாளி கிடையாது. டாக்டர் தன்னோட அதிகாரத்தையும், பணத்தையும் பயன்படுத்தி என்னையும் அவர் பண்ணின குற்றத்துக்கு உடந்தையாக்கிட்டார்.'

லெட்டர் முடிந்து போயிருக்க, அதைப் படித்த டாக்டரின் முகத்தில் முத்து முத்தாய் வியர்வை.

சேது கேட்டார்.

"சூசை இந்த வாக்குமூலத்தில் சொல்லியிருக்கிறது எல்லாம் உண்மையா டாக்டர்...?"

டாக்டர் பெருமூச்சொன்றை வெளியேற்றி விட்டு சொன்னார்.

"பொய்... அப்பட்டமான பொய்."

"சூசை எதுக்குப் பொய் சொல்லணும்?"

"அதை அவன்கிட்ட தான் கேட்கணும்."

"எனக்கென்னவோ அவன் சொன்னதெல்லாம் நம்பற மாதிரித்தான் இருக்கு... ஒரு வெளியாள் இந்த வேலையை எல்லாம் பண்ணியிருக்க முடியாது. பண்ணவும் சாத்தியம் இல்லை."

"இன்ஸ்பெக்டர்! என்னோட இருபது வருஷ டாக்டர் வாழ்க்கையில் ஒரு சின்னக் களங்கம்கூட ஏற்பட்டது இல்லை. கொலை செய்யப்பட்ட அந்தப் பொண்ணு யார்ன்னே எனக்குத் தெரியாது."

"ஸாரி... டாக்டர்...! நீங்க இந்த ரூம்ல இருக்கிற வரைக்கும் காந்தி, புத்தர் மாதிரிதான் பேசிட்டிருப்பீங்க. லாக்கப்புக்குள்ளே வந்த ஒரு மணி நேரம் குத்துக் காலிட்டு உட்கார்ந்தாத்தான் உண்மை பேசணும்ன்னு தோணும்..."

"இன்ஸ்பெக்டர்! இந்த பயமுறுத்தற பேச்செல்லாம் என்கிட்டே வேண்டாம்."

"சரி... பயமுறுத்தலை. கேஸுவலாவே பேசுவோம். அந்தப் பொண்ணோட தலையை என்ன பண்ணீங்க? எங்கேயாவது கொண்டு போய் பெட்ரோல் ஊத்தி எரிச்சுட்டீங்களா...? இல்லை புதைச்சுட்டீங்களா...?"

"இப்ப நீங்க கேட்ட இந்தக் கேள்வியை உண்மையிலேயே யார் அதைப் பண்ணாங்களோ அவங்ககிட்டதான் கேட்கணும்."

"ஸோ... அந்தப் பொண்ணையே உங்களுக்குத் தெரியாது?"

"தெரியாது! தெரியாது!! தெரியாது!!!"

"சூசை சொல்றது பொய்?"

"பொய்யோ பொய்..."

"ஓ.கே... டாக்டர்... சூசை சொன்னது உண்மையா பொய்யான்னு தீர்ப்பு சொல்ல வேண்டியது கோர்ட். அதுக்கு முன்னாடி போலீஸோட பார்மாலிடீஸ் நிறைய இருக்கு. ஒருத்தர் குற்றவாளியா இல்லையான்னு கோர்ட் தீர்மானிக்கிறதுக்கு முன்னாடி சம்பந்தப்பட்ட நபரை போலீஸ் கைது பண்ணனும். ரிமாண்ட்ல வைக்கணும். அப்புறம் கோர்ட்ல நிறுத்தணும். உங்களை முறைப்படி விசாரணை செய்ய கோர்ட்ல மனு தாக்கல் பண்ணனும். உங்களுக்கு ஜாமீன் கொடுக்கக் கூடாதுன்னு அரசு தரப்பு வக்கீல் கோர்ட்ல வாதாடுவார். இது பிக்பாக்கெட் கேஸ் இல்லை. ஒரு மர்டர் கேஸ். அதுவும் ஒரு மர்டர் பண்ணி ஆப்ரேஷன் பண்ற கத்தியாலே... தலையை வெட்டி எடுத்து..."

"ஸ்டாப் இட்...!" டாக்டர் பஞ்சாபகேசன் நாற்காலியைத் தள்ளிக்கொண்டு கோபமாய் எழுந்தார்.

"இன்ஸ்பெக்டர்...! திஸ்... ஈஸ்... டூ மச்..."

சேது சிரித்தார்.

“நான் இன்னும் உங்களைக் கைது பண்ணவேயில்லை. அதுக்குள்ளே ‘திஸ் ஈஸ்... டூ மச்’ன்னு சொல்றீங்களே டாக்டர். கைது பண்ணி போலீஸ் ஜீப்ல ஏத்தும்போது உங்க நிலைமை எப்படியிருக்கும்னு கொஞ்சம் யோசனை பண்ணிப்பாருங்க.”

“இன்ஸ்பெக்டர்...! இது யாரோ பண்ணின சூழ்ச்சி. இந்த சூசை பொய் சொல்றான்.”

“ஏன்... நீங்க சொல்றது பொய்யாய் இருக்கக் கூடாதா...?”

“நான் அந்த ராஸ்கல் சூசையைப் பார்க்கணும். பேசணும்...”

“ம்... வாங்க... ஸ்டேஷன்ல இருக்கிற லாக்கப்புக்குப் போலாம். அங்க வெச்சு நீங்க சூசையைப் பாருங்க. பேசுங்க. எனக்கு எந்த அப்ஜெக்ஷனும் கிடையாது. பட் சூசை கொடுத்த வாக்குமூலத்தை வெச்சு அந்த அடிப்படையில் நான் நடவடிக்கைகள் எடுக்க வேண்டியது அவசியம்... ஸ்டேஷனுக்கு வந்து சூசையைப் பார்க்கறீங்களா?”

“வர்றேன்...!”

டாக்டர் பஞ்சாபகேசன் கிளம்பினார்.

11

1. **உலக மக்களில் 10 சதவீதம் பேர் இடது கை பழக்கம் உள்ளவர்கள்.**
2. **ஒரு மனிதன் ஒரு வருடத்திற்கு ஒரு கோடி முறை கண் சிமிட்டுகிறான்.**
3. **நாம் படுத்துத் தூங்கும் படுக்கையில் நம்மோடு சேர்ந்து 600 கோடி நுண்ணுயிர்கள் தூங்குகின்றன.**
4. **ஒரு 'பாண்டா' கரடி பிறக்கும்போது ஒரு எலியைவிட சின்னதாக இருக்கும்.**

நவநீத பட்டர் ஒரு கால்டாக்ஸி பிடித்து பெசன்ட் நகர் போய்ச் சேர்ந்து, கலாக்ஷேத்ரா காலனியில் இருந்த சீதாபதியின் வீட்டு வாசலில் இறங்கிய பொழுது இரவு எட்டரை மணி.

ஓவியாவும், சீதாபதியும் போர்டிகோவிலேயே நின்று பட்டரை எதிர்கொண்டார்கள்.

ஓவியா கேட்டாள். "வாங்க பட்டரே...! அட்ரஸ் கண்டுபிடிக்க கஷ்டமாய் இருந்ததா...?"

"அதெல்லாம் ஒண்ணுமில்லை. நீங்கதான் அட்ரஸை ஸ்படிகம் மாதிரி கரெக்டாய் சொல்லி விட்டீங்களே? எந்தக் குழப்பமும் இல்லாமே வந்து சேர்ந்துட்டேன். ஆழ்வார்பேட்டையிலிருந்து பெசன்ட்நகர் வரைக்கும் 'பொசுக் பொசுக்'ன்னு ஏகப்பட்ட சிக்னல். நின்னு நின்னு வர்றதுக்குள்ள பாதிப் பிராணன் போயிடுத்து."

"உள்ளே வாங்க..."

பட்டரைக் கூட்டிக்கொண்டு உள்ளே போனார்கள். ஹாலில் இருந்த சோபாவைக் காட்டி உட்கார்ந்தார்கள்.

ஓவியா சொன்னாள். "நீங்க அதுக்குள்ளே சென்னைக்கு வந்துடுவீங்கன்னு நாங்க எதிர்பார்க்கலை."

"நீங்க எப்படியும் கூப்பிடத்தான் போறேள்... அதான் ரெண்டு மூணு நாள் லீவு போட்டுண்டு வந்துட்டேன்."

"நீங்க இல்லாத போது கோயில்ல பூஜை பண்றதெல்லாம் யாரு...?"

"உள்ளூர்ல பால முரளின்னு ஒரு அர்ச்சகர் இருக்கார். அவர் பார்த்துக்குவார். சரி... வந்த விஷயத்தைப் பேசுவோமா?"

"பேசுவோம்... அதுக்கு முன்னாடி ஏதாவது சாப்பிடறீங்களா...?"

"வேண்டாம்... வர்ற போதே ராத்திரி சாப்பாட்டை முடிச்சுட்டு வந்துட்டேன்... இனி உங்களோட பிசினஸ் பேசிட்டு கிளம்ப வேண்டியதுதான்...!"

"ரொம்பவும் அவசரப்படறீங்க பட்டரே?"

"எது எதுக்கு அவசரப்படணும்... எதை எதை ஆறப் போடணும்ன்னு எனக்கு நல்லாவே தெரியும். அதிர்ஷ்டம் வந்து கதவைத் தட்டும்போது உட்பக்கமாய் தாழ் போட்டுக்கிட்டு படுத்துக் கிடக்கலாமோ?"

ஓவியா சீதாபதியைப் பார்த்தாள்.

"அப்பா... பேசிடுங்க... இனியும் லேட் பண்ண வேண்டாம்."

சீதாபதி சில விநாடிகள் மௌனமாய் இருந்துவிட்டு மெல்ல பேச்சை ஆரம்பித்தார்.

"என்னோட பொண்ணு ஓவியா எல்லாத்தையும் சொன்னா. ஐஸ்வர்யப் பெருமாள் கோயிலில் ஐஸ்வர்யப் புதையல் இருக்கிற செய்தி ஆர்க்கியாலஜி டிபார்ட்மெண்ட்டில் இருக்கிற எனக்கு மட்டுமே தெரிஞ்ச ரகசியம். என்னோட ஒர்க் பண்ணின ஜாய்ண்ட் டைரக்டர் ராமநாதன் என்கிற ஒருத்தர்க்கும் தெரியும். ஆனா அவர் இப்போ உயிரோட இல்லை. ஐஸ்வர்யப் புதையல் பத்தின கல்வெட்டு செய்தி

அந்தக் கோயிலின் கர்ப்பக் கிருகத்துக்குள்தான் இருக்கணும்ன்னு என்னோட மனசுக்குப்பட்டது. அதுதான் இன்ஃப்ரா ரெட் கேமிராவோடு என்னோட பொண்ணை அனுப்பி வெச்சேன். அதை நீங்க கண்டுபிடிச்சிட்டீங்க. அது எப்படி உங்களால முடிஞ்சுது...?"

"ரொம்ப சுலபம்..."

"எப்படி...?"

"கர்ப்பக்கிருகத்துக்குப் பின்னாடி பெருமாளுக்கு உடுத்த வஸ்த்ரங்களை துவைச்சு காயப் போட்டிருந்தேன். அதை எடுக்கிறதுக்காக பின்பக்கம் போனப்ப உங்க பொண்ணு ஓவியா ஒரு ஓரமாய் நின்னு செல்போன்ல பேசிட்டிருந்தது. அந்தப் பேச்சுல ஒரு திருட்டுத்தனம் தெரிஞ்சதாலே தப்பு இல்லேன்னு நினைச்சு ஒட்டுக் கேட்டேன். அப்படி ஒட்டுக் கேட்டபோது தான் ஓவியா பேசினது எல்லாமே என்னோட காதுல விழுந்தது. அந்தப் பேச்சை வெச்சு இதுதான் விஷயம்ன்னு யூகம் பண்ணிட்டேன். நான் அப்படி ஒட்டுக் கேட்டது தப்பாய் இருந்தா என்னை மன்னிச்சிடுங்க..."

ஓவியா குறுக்கிட்டாள்.

"பட்டரே...! நடந்துபோன விஷயங்களைப் பத்தி பேசிட்டு இருக்காமே இனிமே நடக்கப் போறதைப் பத்திப் பேசலாமே...! அந்த தாமிரப் பட்டயத்தைக் கொண்டு வந்து இருக்கீங்களா...?"

"கொண்டு வராமே இருப்பேனா...? கொண்டு வந்து இருக்கேன்."

"பார்க்கலாமா?"

"மொதல்ல பிசினஸ் பேசிக்கலாமே?"

"ம்... பேசுங்க... உங்களுக்கு என்ன வேணும்?"

"உரிய பங்கு வேணும்... நூறு கோடி பசும்பொன் காசுகள், விலை மதிக்க முடியாத நவரத்தினக் கற்கள் கோயிலின் எந்தப் பகுதியில் புதைக்கப்பட்டு இருக்கு என்கிற விபரம் அந்தத் தாமிரப் பட்டயத்தில் ஒரு புதிர் மாதிரி பாடல் வடிவில் சொல்லப்பட்டு இருக்கு. அந்தப் பாடலில் உள்ள சில வார்த்தைகள் எனக்குப் புரியாத காரணத்தால அந்த தாமிரப் பட்டயத்தை அப்படியே வெச்சிருக்கேன். அப்படியே அந்த வார்த்தைகளோட அர்த்தம் எனக்குத் தெரிஞ்சாலும் கூட ஒரு

தனி மனுஷனாய் இருக்கிற என்னால எதுவும் பண்ண முடியாது. இப்போ நீங்களும் இதில் இணைஞ்சு செயல்படறதால கோயிலில் புதையுண்டு கிடக்கிற அந்த ஐஸ்வர்யப் புதையலை எடுக்க முடியுங்கற நம்பிக்கை எனக்கு ஏற்பட்டு இருக்கு. அந்த நம்பிக்கை ஒருவேளை வெற்றியில் போய் முடிஞ்சா எனக்கு உண்டான பங்கை நீங்க தரணும். அந்த உத்தரவாதத்தை உங்களால குடுக்க முடியுமா...?"

சீதாபதி ஒரு புன்முறுவலோடு பட்டரைப் பார்த்தார். "நம்ம ரெண்டு பேர்க்கும் நடுவுல எந்தவிதமான ஒளிவு மறைவும் கிடையாது. உங்ககிட்டே புதையலைப் பத்தின செய்தி அடங்கிய தாமிரப் பட்டயம் இருக்கு. என்கிட்டே ஆர்க்கியாலஜி சம்பந்தப்பட்ட செயல்பாடுகள் இருக்கு. இப்போ ஆர்க்கியாலஜி டிபார்ட்மெண்ட்டில் டைரக்டராய் இருக்கிற திருஞானம் என்னுடைய நண்பர். அவர் உதவியோட கோயிலை ஆராய்ச்சி பண்ற போர்வையில் ரெண்டு வாரம் கோயில்ல முகாம் போட்டு புதையல் இருக்கிற இடத்தை லொக்கேட் பண்ணிடலாம். புதையல் கிடைச்சா அதை மூணு பங்காய் போட வேண்டியிருக்கும்."

"மூணு பங்கா...?"

"ஆமா...! உங்களுக்கு ஒரு பங்கு. எனக்கு ஒரு பங்கு. டைரக்டர் திருஞானத்துக்கு ஒரு பங்கு."

பட்டர் மௌனமாய் இருந்தார். சீதாபதி அதை கவனித்துவிட்டுக் கேட்டார்.

"என்ன பட்டரே... பேச்சையே காணோம்?"

"அது... வந்து..."

"என்ன தயக்கம்...! எதுவாய் இருந்தாலும் பரவாயில்லை சொல்லுங்க...!"

"நான் சொன்னா நீங்க தப்பா நினைக்கக்கூடாது!"

"மனசுக்குள்ளே எதையும் வெச்சுக்காமே தைரியமா பேசுங்க..."

பட்டர் தயங்கிவிட்டுச் சொன்னார்.

"இந்தப் பங்கு போடற விஷயத்தில் உங்களை எந்த அளவுக்கு நம்பறதுன்னு தெரியலை!"

"ஓ...! உங்களை நான் ஏமாத்திடுவேன்னு நினைக்கறீங்களா?"

"லேசாய் ஒரு சந்தேகம்."

"உங்களுக்கு அந்த சந்தேகமே வேண்டாம். நான் ஒரு பெரிய பதவியில் இருந்துட்டு ரிடையரானவன். கடவுள் பக்தி நிறையவே உண்டு. யாரையும் ஏமாத்தணும் என்ற எண்ணம் எனக்குக் கிடையாது. பூமிக்குக் கீழே கிடைக்கிற எந்த ஒரு புதையலும் அரசாங்கத்துக்கு சொந்தமானது என்கிற சட்ட விதிப்படி புதையலை அரசாங்கத்துக்கு ஒப்படைக்கும்போது பல அரசியல் முதலைகள் அதை கபளீகரம் பண்ணிட்டு அதை செப்புக்காசு புதையலா மாத்தி அரசாங்கத்தை ஏமாத்திடறாங்க. இது ஆர்க்கியாலஜி டிபார்ட்மெண்ட்டில் இருக்கிற எல்லார்க்கும் தெரியும். நியாயமான முறையில் அரசாங்கத்துக்குப் போய்ச் சேராத அந்த ஐஸ்வர்யப் புதையலை நாமளே எடுத்துக்கிட்டா என்னன்னு என்னோட மனசுக்குப் பட்டது. இப்போ இந்த முயற்சியில் நீங்களும் கூட்டு சேர்ந்து இருக்கீங்க. டைரக்டர் திருஞானமும் நமக்கு உதவப் போறார். நம்ம மூணு பேர்ல யாரும் யாரையும் ஏமாத்தப் போறது இல்லை. புதையல் கிடைச்சதும் நியாயமான முறையில் பங்கு போட்டுக்குவோம். இந்த விஷயத்தில் உங்களுக்கு எந்தவிதமான அவநம்பிக்கையும் வேண்டாம்."

பட்டர் புன்முறுவலோடு தலையை ஆட்டினார். "நீங்க இவ்வளவு தூரம் சொல்லும்போது நானும் நம்பிக்கை இல்லாமே பேசக்கூடாது. அந்தத் தாமிரப் பட்டயத்தை எடுத்து இப்ப உங்களுக்கு காட்றேன். அதில் எழுதியிருக்கிற சித்தர் பாடல் எனக்குப் புரியலை. சில வார்த்தைகள் புரியுது. சில வார்த்தைகள் புரியலை. அதனால் பாடலோட முழு அர்த்தத்தை என்னால புரிஞ்சுக்க முடியலை."

ஓவியா குறுக்கிட்டாள்.

"பட்டரே! உங்களுக்கு அந்தக் கவலையே வேண்டாம். அப்பாவுக்கு பதினெட்டு சித்தர் பாடல்களும் தலைகீழ் மனப்பாடம். சிக்கலான எந்த சித்தர் பாடலாய் இருந்தாலும் அதுல என்ன சொல்லப்பட்டிருக்குன்னு தெளிவா சொல்லிடுவார். அந்தத் தாமிரப் பட்டயத்தை எடுத்து அப்பா கையில் குடுங்க."

"இதோ...!" பட்டர் தான் கொண்டு வந்து இருந்த சூட்கேஸைத் திறந்து உள்ளே பத்திரப்படுத்தி வைத்து இருந்த மஞ்சள் துணி முட்டை ஒன்றை எடுத்தார். மெல்லப் பிரித்தார்.

உள்ளே,

அந்த தாமிரத்தகடு பச்சை நிற களிம்பு ஏறி இரண்டு அங்குல அகலத்திலும் அரையடி - நீளத்திலும் பார்வைக்குக் கிடைத்தது.

சீதாபதி அதை ஆர்வத்தோடு கையில் எடுத்தார்.

12

தங்கத்தின் விலை நாளுக்கு நாள் உயர்ந்து கொண்டே போவதற்குக் காரணம் உலகம் முழுவதும் 15 தங்கச் சுரங்கங்கள் மட்டுமே இருப்பதுதான். இந்த 15 சுரங்கங்களிலிருந்து ஆண்டு தோறும் சுமார் 2500 டன் தங்கம் வெட்டி எடுக்கப்படுகிறது. இப்போது உலகில் மொத்தம் 1.75 லட்சம் டன் தங்கம் இருக்கிறது. இந்தியாவில் மட்டும் 13 ஆயிரம் டன் தங்கம் இருக்கிறது. தங்கத்தை பயன்படுத்துவதில் முதல் நாடாக இருப்பது இந்தியாதான்.

போலீஸ் ஸ்டேஷன்.

தனி லாக்கப்பில் அடைக்கப்பட்டு இருந்த சூசையை டாக்டர் பஞ்சாபகேசனும், இன்ஸ்பெக்டர் சேதுவும் போய்ப் பார்த்தபோது அவன் சிமெண்ட் திட்டில் ஒருக்களித்து படுத்துத் தூங்கிக் கொண்டிருந்தான்.

சேது குரல் கொடுத்தார்.

"சூசை..."

தூக்கம் கலைந்து திரும்பிப் பார்த்தவன் டாக்டரைப் பார்வையில் வாங்கியதும் பதட்டமாய் எழுந்து பவ்யமாய் மார்புக்குக் குறுக்கே கைகளைக் கட்டிக் கொண்டான். கண்களில் நீர் திரண்டது. டாக்டரை நோக்கி மெல்ல அடியெடுத்து வைத்து நடந்து வந்தவன், அவரை நெருங்கியதும் கால்களில் "அய்யா" என்று கதறியபடி விழுந்தான்.

"போலீஸ்ல எல்லாத்தையும் சொல்லிட்டேன்ய்யா...! நான் உண்மையைச் சொல்லாமே இருந்தா மத்த மூணு பேர்க்கும் அடி

உதை விழும். தப்பு பண்ணாத அவங்க அடி உதை படறதை என்னால பார்த்துக்கிட்டு இருக்க முடியாதய்யா...! அதான் இன்ஸ்பெக்டர் குடுத்த பேப்பர்ல எல்லா உண்மையையும் கொட்டி எழுதிட்டேன். உங்களைக் காட்டிக் கொடுக்காமே இருக்க எவ்வளவோ முயற்சி பண்ணினேன். என்னால முடியலை. மன்னிச்சுக்குங்கய்யா..."

டாக்டர் பஞ்சாபகேசன் கம்பிகளின் வழியாக சூசையையே கண்கள் இமைக்காமல் பார்த்துவிட்டுக் கேட்டார்.

"நான் உனக்கு என்ன துரோகம் பண்ணினேன்? எதுக்காக இவ்வளவு பெரிய பொய்...?"

சூசை தன் விழிகளை விரித்தான். "பொய்யா...? நீங்க என்னய்யா சொல்றீங்க! நடந்த உண்மைகளைக் கூட்டிக் குறைக்காம அப்படியே சொல்லியிருக்கேன். நீங்களும் குற்றத்தை ஏத்துக்கிட்டா - யார்க்கும் எந்தப் பிரச்னையும் இருக்காதுய்யா."

"டேய்ய்ய்...!" என்று ஆவேசமாய் கத்திய டாக்டர் பஞ்சாபகேசன் சூசை எதிர்பார்க்காத விநாடியில் கம்பிகளின் வழியே கைகளை நுழைத்து அவனுடைய கழுத்தைப் பற்றினார். கோபத்தோடு நெரிக்க ஆரம்பித்தார்.

இன்ஸ்பெக்டர் சேது டாக்டரைப் பிடித்து ஒரு பக்கமாய் இழுத்து தள்ளிவிட்டார். கத்தினார்.

"டாக்டர்...! திஸ் ஈஸ் டூ மச். ஏன் இப்படிக் கொலை வெறியோடு நடந்துக்கறீங்க...?"

"இன்ஸ்பெக்டர்! அவன் சொல்றது பொய்... என்னை இந்தக் கேஸ்ல மாட்டி விடறதுக்காக யார்கிட்டேயோ பணம் வாங்கிட்டு அபாண்டமா என் மேல பழி சுமத்தறான்."

"அவன் எதுக்காக உங்களை மாட்டி விடணும்? அவனுக்கும் உங்களுக்கும் என்ன பகை?"

"ஒரு பகையும் கிடையாது..."

"பின்னே எதுக்காகப் பொய் சொல்லணும்? சரி அப்படியே அவன் சொன்னது பொய்யாய் இருந்தாலும் அது 'பொய்'ன்னு ஒரு வக்கீலை வெச்சு கோர்ட்லதான் நிரூபிக்கணுமே தவிர இப்படி அவனோட

கழுத்தை நெரிச்சு அல்ல...! நீங்க இப்படி நடந்துகிட்ட முறைக்காகவே உங்களை நான் அரஸ்ட் பண்ணலாம்."

டாக்டர் பதட்டப்பட்டார். "இன்ஸ்பெக்டர்! எனக்குப் பின்னாடி ஏதோ ஒரு சதி நடக்குது. அதுக்குப் பகடைக்காயா இந்தச் சூசை உபயோகப்படுத்தப்பட்டிருக்கான்."

"சரி... உங்களுக்கு விரோதிகள் யாராவது உண்டா?"

"எனக்குத் தெரிஞ்சு இல்லை..."

"ஓ.கே... டாக்டர்...! நீங்க சொல்ல வேண்டியதை எல்லாம் சொல்லிட்டீங்க. இனிமே நான் சட்டபூர்வமாய் என்ன நடவடிக்கை எடுக்கணுமோ அதை எடுத்தாகணும். சூசை கொடுத்த வாக்கு மூலத்தின் அடிப்படையில் நான் உங்களைக் கைது பண்ணி எஃப்.ஐ.ஆர். போடணும்."

"இன்ஸ்பெக்டர்...! எனக்குக் கொஞ்சம் அவகாசம் கொடுங்க."

"எதுக்கு அவகாசம்...?"

"நான் என்னோட ப்ரதர்கிட்டே பேசணும்."

"யார் உங்க ப்ரதர்...?"

"சீதாபதி...! ஆர்க்கியாலஜி டிபார்ட்மெண்ட்டில் டைரக்டராய் இருந்து ரிடையரானவர். பெசன்ட் நகர்ல இருக்கார்."

"சரி... அவர்க்கு போன் பண்ணி என்ன பிரயோஜனம்?"

"அவரால என்னைக் காப்பாத்த முடியும்!" சொன்ன டாக்டர் பஞ்சாபகேசன் தன் செல்போனை எடுத்து எண்களைத் தட்ட ஆரம்பித்தார்.

13

இந்தியாவின் சந்திராயன் - 1 விண்கலம் நிலவில் தண்ணீர் இருப்பதைக் கண்டுபிடித்துள்ளது. இது விண்வெளி ஆராய்ச்சியில் ஒரு புதிய அத்தியாயமாக அமைந்துவிட்டது. இதையடுத்து நிலவை மையமாய் வைத்து பல்வேறு திட்டங்கள் தீட்டப்படுகிறது. அதாவது நிலவு ஒரு விருந்தினர் மாளிகை போல் செயல்பட இருக்கிறது. அதன் முதல் கட்டமாக விஞ்ஞானிகள் எடுத்துள்ள முடிவு எது தெரியுமா? 14-ஆம் அத்தியாயத்துக்கு வந்தால் தெரிந்து விடும்.

சீதாபதி தன் கையில் வைத்திருந்த தாமிரத் தகட்டையே இமைக்காமல் பார்த்தார். கோணல்மாணலாய் எழுதப்பட்ட தமிழ் எழுத்துக்கள் பார்வையை சிரமப்படுத்தியது. என்னவென்று படிக்க முயன்றார்.

முடியவில்லை.

"ஓவியா...!"

"சொல்லுங்கப்பா..."

"அந்த 'ஆர்க்கி கிட்'டை எடுத்துக்கிட்டு வாம்மா..."

ஓவியா உள்ளறைக்குப் போய், ஒரு அஞ்சறைப் பெட்டியைப் போல் இருந்த அந்த சிறிய பெட்டியை எடுத்து வந்தாள். அதை வாங்கிக் கொண்ட சீதாபதி அதைத் திறந்து திரவம் அசைந்த ஒரு சிறிய பாட்டிலையும் பிரஷ்ஷையும் எடுத்தார். பிரஷ்ஷால் திரவத்தைத் தொட்டு தாமிரத் தகட்டின் மேல் இருந்த எழுத்துக்களில் தடவ

அடுத்த சில விநாடிகளில் எழுத்துக்கள் மட்டும் பாதரசம் தடவியது போல் பளபளத்தது.

படிக்க ஆரம்பித்தார்.

“கொடுத்துக் கெடுப்பானுக்கும் கெடுத்துக்
கொடுப்பானுக்கும் நடுவில்
பருந்து மூக்கின் எல்லைக்கப்பால்
அஞ்சில் ஒன்றின் வழியினிலே
இருபத்து ஏழில் இருபத்து மூன்றாவது அதிபதியின்
கீழே ஆறடி இருட்டினிலே
காண்மின் கோடி கோடி
பசும்பொன்... நவ மாணிக்கம்.”

பாடலை மூன்று முறை படித்துவிட்டு குழப்பத்தோடு நிமிர்ந்தார் சீதாபதி. பட்டரிடம் சொன்னார். “பாடலைப் படிச்சா புரியற மாதிரியும் இருக்கு. புரியாதது மாதிரியும் இருக்கு.”

பட்டர் புன்னகைத்தார்.

“எனக்கும் அதே நிலைமைதான்...!”

“உங்களுக்கு இந்தப் பாட்டில் எந்த வரிகள் புரிஞ்சுது? எந்த வரிகள் புரியலை?”

பட்டர் மறுபடியும் சூட்கேஸைத் திறந்து நான்காய் மடித்து வைத்து இருந்த ஒரு வரைபடத்தை எடுத்துப் பிரித்து வைத்துக் கொண்டார்.

“இது ஐஸ்வர்யப் பெருமாள் கோயிலோட வரைபடம். இந்த வரைபடத்தை வெச்சுக்கிட்டு பாட்டைப் படிச்சுப் பார்த்தா சில வரிகள் புரியும். பாடலோட முதல் வரி ‘கொடுத்துக் கெடுப்பானுக்கும், கெடுத்துக் கொடுப்பானுக்கும் நடுவில்.’ இந்த வரியில் இருக்கிற கொடுத்துக் கெடுப்பான் என்கிற வார்த்தை குரு பகவானின் று அம்சமாகிய தட்சணாமூர்த்தியைக் குறிக்கும். இரண்டாவது ார்த்தையான கெடுத்துக் கொடுப்பான் என்பது சனி பகவானைக் றிக்கும். ஐஸ்வர்யப் பெருமாள் கோயிலில் தெற்கு பார்த்தபடி ட்சிணா மூர்த்தி சிலையும், மேற்கு பார்த்தபடி சனீஸ்வரன் சிலையும் ருக்கு. இந்த இரண்டு விக்கிரகங்களுக்கும் நடுவில் கொஞ்சம் தள்ளி

மூல ஸ்தானத்தைப் பார்த்தபடி கருடாழ்வார் எழுந்தருளியிருக்கிறார். பாட்டின் இரண்டாவது வரியான பருந்து மூக்கின் எல்லைக்கு அப்பால் என்கிற வார்த்தைகள் கருடாழ்வாரைத்தான் குறிக்குது. இதுல எந்த சந்தேகமும் இல்லை. ஆனால் அதற்கு அடுத்தபடியான வரிகளில்தான் குழப்பம் தடுமாற்றம் எல்லாம். 'அஞ்சில் ஒன்றின் வழியினிலே... இருபத்து ஏழில் இருபத்து மூன்றாவது அதிபதியின் கீழே ஆறடி இருட்டினிலே...' இதுதான் புரியலை."

"அந்த மேப்பை இப்படிக் கொண்டாங்க..." சீதாபதி பட்டரின் கையில் இருந்த மேப்பை வாங்கி அதில் பார்வையைப் போட்டார். பார்த்துக் கொண்டிருக்கும் போதே உதடுகள் அந்தப் பாடலின் வரிகளை அசை போட்டது.

"அஞ்சில் ஒன்றின் வழியினிலே

இருபத்து ஏழில் இருபத்து மூன்றாவது அதிபதியின் கீழே ஆறடி இருட்டினிலே..."

"ஓவியா..."

"அப்பா..."

"உனக்கு ஏதாவது புரியுதான்னு பாரம்மா..."

ஓவியா வாங்கிப் பார்த்துக் கொண்டிருந்த விநாடி

வாசலில் அழைப்பு மணி ஒலித்தது.

பட்டர், சீதாபதி, ஓவியா - மூன்று பேரும் திடுக்கிட்டுப்போய் ஒருத்தரை ஒருத்தர் பார்த்துக் கொண்டார்கள்.

"இந்நேரத்துக்கு யார்...?"

"ஓவியா...! இதையெல்லாம் உள்ளே கொண்டுபோய் மறைச்சு வை. பட்டரே! நீங்க ஹால் சோபாவில் போய் உட்கார்ங்க. நான் யார்ன்னு போய்ப் பார்த்துட்டு வர்றேன்..." சொன்ன சீதாபதி எழுந்து வேகவேகமாய் வாசலை நோக்கிப் போனார்.

தாழ்ப்பாளை விலக்கி கதவைத் திறந்தார்.

போர்டிகோவில் போலீஸ் ஜீப் நின்றிருக்க, வாசற்படிகளில் டாக்டர் பஞ்சாபகேசனும் இன்ஸ்பெக்டர் சேதுவும் தெரிந்தார்கள்.

சீதாபதியைப் பார்த்ததுமே டாக்டரின் குரல் தழுதழுத்தது.

"அண்ணா..."

சீதாபதியின் முகத்தில் பதட்டம் பரவியது.

"பஞ்சு...! என்ன பிரச்னை... போலீஸோட வந்து இருக்கே...? வாட் ஈஸ் ராங்க் வித் யூ..."

"அண்ணா...! உள்ளே போய் பேசலாமே!"

"வா..." சீதாபதி டாக்டரின் தோளில் கை போட்டு உள்ளே கூட்டிப் போனார். போலீஸைப் பார்த்ததும் பட்டர் வியர்த்துப் போனவராய் எழுந்தார். சீதாபதி அவரைப் பார்த்து இயல்பான குரலில் "பட்டரே...! கோயில் கும்பாபிஷேகத்தைப் பத்தி இன்னொரு நாளைக்குப் பேசலாம். நீங்க போய்ட்டு வாங்க."

"அப்ப... நான் கிளம்பறேன்...! போன் பண்ணி சொல்லுங்க... நான் வர்றேன்."

பட்டர் எல்லோரையும் பார்த்து பொதுவாய் ஒரு கும்பிடைப் போட்டுவிட்டு வாசலை நோக்கிப் போனார்.

சீதாபதி டாக்டரிடம் திரும்பினார்.

"என்ன... பஞ்சு... இந்த நேரத்துக்கு இப்படி வந்து இருக்கே... ஹாஸ்பிட்டல்ல ஏதாவது பிரச்சனையா...?"

சேது குறுக்கிட்டார். "உங்க ப்ரதர் டாக்டர் பஞ்சாபகேசன் ஒரு பெரிய பிரச்சனையில் மாட்டிகிட்டார். அவரைக் கைது பண்ண வேண்டிய சூழ்நிலை. அவரைக் கைது பண்ண நான் முயற்சி செய்தப்ப அவர் உங்ககிட்டே பேசணும்ன்னு சொன்னார். உங்க செல்போனுக்கு ட்ரை பண்ணினார். நீங்க போனை ஸ்விட்ச் ஆஃப் பண்ணியிருந்தீங்க. அதான் நேர்ல புறப்பட்டு வந்தோம். தான் கைது செய்யப்படாம இருக்க நீங்க உதவுவீங்கன்னு டாக்டர் நினைக்கிறார்."

சீதாபதி இன்ஸ்பெக்டரை ஏறிட்டார்.

"பிரச்னை என்னன்னு மொதல்ல சொல்லுங்க" சேது ஒரு ஐந்து நிமிடங்கள் செலவழித்து மார்ச்சுவரி சம்பவத்தைச் சொல்லி முடிக்க, சீதாபதி தன் தம்பியைப் பார்த்தார்.

"என்ன பஞ்சு... இன்ஸ்பெக்டர் சொல்றது உண்மையா...?"

"இல்லேண்ணா.. அப்பட்டமான பொய். அந்த சூசை யார்கிட்டேயோ பணத்தை வாங்கிக்கிட்டு என்னை மாட்டிவிடப் பார்க்கிறான். இன்ஸ்பெக்டரோ என்னைக் கைது பண்ணத் துடிக்கிறார்."

சீதாபதி சேதுவை ஏறிட்டார்.

"இன்ஸ்பெக்டர்...! என்னோட தம்பி பஞ்சாபகேசனைப் பத்தி எனக்கு நல்லாத் தெரியும். அவன் உயிர்களைக் காப்பாத்ததான் டாக்டர் படிப்பு படிச்சானே தவிர உயிரை வாங்கறதுக்காக அல்ல. இது யாரோ பண்ணின சதி. அந்த சூசையை விசாரிக்கிற விதத்துல விசாரிச்சா எல்லா உண்மைகளும் வெளியே வந்துடும்."

"ஸாரி... ஸார்...! இப்ப சூசை கொடுத்த வாக்குமூலத்தை அடிப்படையாய் வெச்சு இவரைக் கைது பண்ணனும். அப்படி கைது பண்ணாத பட்சத்தில் மேலதிகாரிகள் கேட்கிற கேள்விக்கு என்னால பதில் சொல்ல முடியாது."

"ஓ.கே. இன்ஸ்பெக்டர்... உங்களை மேலதிகாரிகள் கேள்வி கேட்காதபடிக்கு பார்த்துட்டா போதுமா?"

"போதும்..."

"இந்து அறநிலையத்துறை அமைச்சர் உமாபதி எனக்கு வேண்டியவர். உங்களுடைய மேலதிகாரிகள்கிட்டே அவர் பேசினா போதுமா?"

சேதுவின் விழிகள் விரிந்தது.

"ஸார்...! மினிஸ்டர் உமாபதியை உங்களுக்குத் தெரியுமா...?"

"தெரியுமாவது... கொஞ்சம் பின்னாடி திரும்பி சுவர்ல மாட்டியிருக்கிற போட்டோவைப் பாருங்க இன்ஸ்பெக்டர்."

சேது திரும்பிப் பார்த்தார்.

அமைச்சர் உமாபதியும், சீதாபதியும் கட்டிப்பிடித்து சிரிப்பு முகங்களோடு போஸ் கொடுத்து இருந்தார்கள்.

"ஸார்...! மினிஸ்டர் ஒரு வார்த்தை சொல்லிட்டா போதும்; நான் இந்தக் கேஸையே வேற மாதிரி கொண்டு போயிடுவேன்."

"இப்ப நான் பேசிடறேன்" சொன்ன சீதாபதி தன் செல்போனை எடுத்து எண்களைத் தட்ட மறுமுனையில் அமைச்சர் உமாபதியின் பி.ஏ. பரமகுரு கிடைத்தார்.

"பரமு...! நான் சீதாபதி... அமைச்சர்கிட்டே பேசணும். ஃப்ரீயா இருக்காரா...?"

"ஒரு நிமிஷம்!"

சரியாய் இரண்டு நிமிஷ நேரத்திற்குப் பிறகு அமைச்சரின் குரல் கேட்டது.

"என்னய்யா... ஆர்க்கியாலஜி... எப்படியிருக்கே?"

"உங்க தயவுல நல்லாயிருக்கேன்."

"என்ன...! பொண்ணுக்கு மாப்பிள்ளை பார்த்துட்டியா?"

"பார்த்துட்டிருக்கேன்."

"சீக்கிரம் பார்த்துக் கல்யாணப் பத்திரிகையைக் குடுய்யா... வயசாயிட்டே போகுதுல்ல..."

"பார்த்துடலாம்."

"சரி... என்ன திடீர்ன்னு போன்?"

"ஒரு பிரச்னை..."

"சொல்லு..."

சீதாபதி விபரமாய் சொன்னார். மறுமுனையில் செவிமடுத்த அமைச்சர் பொறுமையாய் கேட்டுவிட்டு "சீதாபதி...! உன்னோட செல்போனை அந்த இன்ஸ்பெக்டர்கிட்டே குடுய்யா!" என்றார்.

"இதோ...!"

சீதாபதி இன்ஸ்பெக்டரிடம் திரும்பினார். "அமைச்சர் பேசறார்...!"

இன்ஸ்பெக்டர் பவ்யமாய் செல்போனை வாங்கி காதுக்கு ஒற்றினார். "ஸார்..."

அமைச்சர் மறுமுனையில் சிரித்தார்.

"என்ன சேது... நாம போட்ட திட்டப்படிதான் எல்லாம் போயிட்டிருக்கு போலிருக்கு."

"ஸார்..."

"தெரியும்...! நீ ஒண்ணும் பேசாதே... எஸ் ஸார்... எஸ் ஸார்ன்னு ரெண்டு தடவை சொல்லிட்டு செல்போனை சீதாபதிகிட்டே கொடுத்துடு..."

"எஸ்... ஸார்..."

"இன்னொரு வாட்டி 'எஸ்... ஸார்' சொல்லு."

"எஸ்... ஸார்."

"செல்போனைக் குடுத்துடு."

சேது சீதாபதியிடம் செல்போனைக் கொடுத்தார்.

"மினிஸ்டர் உங்ககிட்டே பேசணுமாம்..."

சீதாபதி வாங்கி 'ஹலோ' என்றார்.

"யோவ்... சீதாபதி...! அந்த இன்ஸ்பெக்டர்கிட்டே சொல்லிட்டேன். உன்னோட தம்பி டாக்டர் பஞ்சாபகேசனை கைது பண்ற நடவடிக்கை எதுவும் இருக்காது. கேஸ் தன்னோட ரூட்டை மாத்திக்கிட்டு வேற திசைக்குப் போயிடும். இப்ப உனக்கு சந்தோஷம்தானே?"

"ரொம்ப நன்றி...!"

"அந்த நன்றியை எல்லாம் உன்னோட வீட்லயே ஒரு ஓரமாய் வெச்சுட்டு இன்னும் ஒரு மணி நேரத்துக்குள்ளே என்னை வந்து பாரு..."

"இதோ... புறப்பட்டேன்..." சீதாபதி செல்போனை அணைத்து பாக்கெட்டுக்குள் போட்டுக் கொண்டு பஞ்சாபகேசனை ஏறிட்டார்.

"பஞ்சு...! நீ வீட்டுக்குப் போய் நிம்மதியாய் தூங்கு... இனிமே போலீஸ் தொந்தரவு உனக்கு இருக்காது. அமைச்சர் என்னை நேர்ல வரச் சொல்றார். போய் பேசிட்டு வந்துடறேன்."

14

இந்திய விண்வெளி விஞ்ஞானிகள் முதல் கட்டமாக நிலவை ஒரு மினி ஆராய்ச்சிக் கூடமாகப் பயன்படுத்திக்கொள்ள முடிவு செய்து இருக்கிறார்கள். அதாவது விண்வெளி ஓடங்களில் எரிபொருளாகப் பயன்படுவது ஹைட்ரஜன்தான். எனவே விண்கலங்களின் எரிபொருள் தேவையைப் பூர்த்தி செய்யும் இடமாக நிலவைப் பயன்படுத்த திட்டமிடப்பட்டுள்ளது. விண்வெளி ஆராய்ச்சிப் பயணத்தில் எரிபொருள் தீர்ந்துவிடும் போது நிலவில் இறங்கி எரிபொருள் நிரப்பிக்கொள்ளப் போகிறார்கள். இதனால் மற்ற கிரகங்களைப் பற்றிய ஆராய்ச்சியையும் வேகமாகச் செயல்படுத்த முடியும்.

சீதாபதி தானே காரை ட்ரைவ் செய்து அமைச்சரின் வீட்டுக்குப் போய்ச் சேர்ந்தபோது ராத்திரி பத்து மணி.

செக்யூரிட்டிகள் காரை உள்ளே அனுப்பி வைக்க - போர்டிகோவில் பி.ஏ. பரமகுரு எதிர் கொண்டார்.

"வாங்க ஸார்... மினிஸ்டர் உங்களுக்காகத்தான் வெயிட் பண்ணிட்டிருக்கார். மாடியில முதல் ரூம்."

சீதாபதி போனார்.

ஹாலில் யாரும் இல்லை.

மாடிப்படிகளில் ஏறி முதல் அறைக்குள் நுழைய அமைச்சர் கட்டிலில் லுங்கி பனியனோடு உட்கார்ந்து ஷிவாஸ் ரீகல் விஸ்கி

பாட்டிலைக் காலி செய்து கொண்டிருந்தார். சீதாபதியைப் பார்த்ததும் மலர்ந்தார்.

"வாய்யா...! ஆர்க்கியாலஜி... இப்படி என் எதிர்ல வந்து உட்காரு."

சீதாபதி தயக்கமாய் போய் உட்கார்ந்தார். பவ்யமான குரலில் சொன்னார். "என்னோட தம்பியை ஒரு இக்கட்டான பிரச்னையிலிருந்து காப்பாத்தியிருக்கீங்க. ரொம்ப நன்றி..."

"நல்ல நேரத்துல நீ என்னை காண்டாக்ட் பண்ணினே... இல்லைன்னா உன்னோட தம்பியைப் போலீஸ் பிடியிலிருந்து காப்பாத்த முடியாமப் போயிருக்கும். ஏன்னா இது பெரிய விவகாரம். தலை துண்டிக்கப்பட்ட ஒரு பொண்ணோட உடம்பு மார்ச்சுவரிக்குள்ளே இருந்ததுன்னு பப்ளிக்குக்கு தெரிஞ்சா கொந்தளிச்சுப் போயிடுவாங்க. லெட்டர் பேட் கட்சியிலிருந்து பிரதான எதிர்க்கட்சி வரை ஹாஸ்பிட்டலுக்கு முன்னாடி உட்கார்ந்து போராட்டம் நடத்துவாங்க...!"

"உண்மையிலேயே என்னோட தம்பி எந்தத் தப்பும் பண்ணலை. வேண்டாதவங்க யாரோ..."

"யோவ்... ஆர்க்கியாலஜி... உன்னோட டாக்டர் தம்பி யோக்யமானவன்தான். ஆனா சந்தர்ப்பமும் சூழ்நிலையும், சூசையோட வாக்குமூலமும் டாக்டர்க்கு ஆப்பு அடிக்கிற மாதிரி இருக்கே... நான் மட்டும் இப்போ தலையிடாமே இருந்திருந்தேன்னு வைய்யி... உன்னோட தம்பியை லாக்கப்புல வெச்சு போலீஸ் 20-20 கிரிக்கெட் விளையாடியிருப்பாங்க."

"நீங்க பண்ணின இந்த உதவிக்காக நான் என்னோட நன்றியை..."

"யோவ்...! உன்னோட நன்றி யாருக்கய்யா வேணும்? நான் உன்கிட்டயிருந்து நன்றியை எதிர்பார்க்கலை."

"பி... பின்னே...!"

"ஒரு பங்கு எதிர்பார்க்கிறேன்..."

"பங்கா...? என்ன பங்கு...!"

"என்ன ஆர்க்கியாலஜி... ஒண்ணும் தெரியாத அப்பாவி மாதிரி முகத்தை வைச்சுகிட்டு இவ்வளவு தத்ரூபமா நடிக்கிறே? நான் எதுல பங்கு கேட்கிறேன்னு நிஜமா உனக்குத் தெரியாதா...? அந்த

ஐஸ்வர்யப் பெருமாள் கோயிலோட 100 கோடி பசும்பொன் புதையல் பத்தின எல்லா விபரமும் உனக்குத் தெரியுமாமே...?"

அதிர்ந்து போனவராய் விழிகள் நிலை குத்தினார் சீதாபதி, அமைச்சர் விஸ்கி வழியும் வாயோடு சிரித்தார்.

"யோவ் சீதாபதி...! நான் இந்து அறநிலையத்துறை அமைச்சர். எனக்குத் தெரியாமே எந்த ஒரு கோயில்லையும் கற்பூர ஆராதனை கூட நடக்காது. ஐஸ்வர்யப் பெருமாள் கோயிலின் பசும்பொன் புதையல் பத்தி உனக்கும் ஜாயிண்ட் டைரக்டர் ராமநாதனுக்கும் மட்டுமே தெரியும்ன்னு நீ நினைச்சிட்டிருந்தா அது மகா தப்பு. ராமநாதன் இப்ப உயிரோட இல்லை. அவன் உயிரோட இருந்தப்ப நான் ஊத்திக்கொடுத்த விஸ்கிக்கு ஆசைப்பட்டு ஐஸ்வர்யப் பெருமாள் கோயில் புதையலைப் பத்தி என்கிட்டே சொல்லிட்டான். அந்த நிமிஷத்திலிருந்தே நான் உன்னை வாட்ச் பண்ண ஆரம்பிச்சுட்டேன். உன் வீட்ல வேலை செய்யற சமையல்காரனும் தோட்டக்காரனும் உன் வீட்ல என்ன நடந்தாலும் அதை என் காதுக்குக் கொண்டு வந்துடுவாங்க. நீ உன்னோட பொண்ணை டி.வி. டீமோட ஐஸ்வர்யப் பெருமாள் கோயிலுக்கு அனுப்பி வெச்சதும், இன்ஃப்ரா ரெட் கேமிராவைக் கொடுத்துவிட்டதும் எனக்குத் தெரியும். அதுமட்டுமில்லை; ரெண்டு மணி நேரத்துக்கு முந்தி உன் வீட்டுக்கு வந்துட்டுப் போன பட்டர், அவர் கொண்டு வந்த தாமிரப்பட்டயம், அது சம்பந்தமாய் நீ, உன்னோட பொண்ணு ஓவியா, அந்த பட்டர் பேசின விஷயங்களும்... இப்போ சுடச்சுட என்கிட்ட இருக்கு..."

சீதாபதி அதிர்ந்து போனவராய் எழுந்து அமைச்சரின் கைகளைப் பற்றிக் கொண்டார். குரல் பயத்தில் நடுங்கியது.

"இனிமே நான் எதையும் மறைக்க விரும்பலை. நீங்க சொன்னதெல்லாம் உண்மைதான். அந்தக் கோயில் புதையலை நானும் இப்போ டிபார்ட்மெண்ட்டில் டைரக்டராய் இருக்கிற திருஞானமும் சேர்ந்து எடுக்கத் திட்டம் போட்டு வெச்சிருந்தோம். புதையல் எந்த இடத்தில் புதைக்கப்பட்டு இருக்குங்கிற கல்வெட்டுச் செய்தி கிடைக்கிறதுக்காக எத்தனையோ வழிகளில் முயற்சிபண்ணிப் பார்த்தும் கிடைக்காம....புதையல் கைக்கு வரும் நாள் தள்ளிப் போயிட்டேயிருந்தது. அதிர்ஷ்டவசமா அந்தக் கோயில்ல இருக்கிற

பட்டர் புதையல் எங்கே இருக்குங்கிற செய்தி அடங்கிய தாமிரப் பட்டயத்தைக் கொண்டு வந்தார்."

"செய்தி அதுல இருந்ததா?"

"இருந்தது..."

"கோயிலோட எந்த இடத்துல அந்தப் புதையல் புதைக்கப்பட்டிருக்கு என்கிற விபரம் தெரிஞ்சுதா...?"

"அது வந்து..."

"இதோ பார் சீதாபதி...! இனிமேலும் நீ என்கிட்டே எதையாவது மறைக்க நினைச்சே... அதனோட விளைவுகள் ரொம்பவும் மோசமாய் இருக்கும். எனக்கு துரோகம் பண்ண நினைச்சவங்க யாரும் உயிரோட இருக்க முடியாது. தலையில்லாமே ஒருத்தி மார்ச்சுவரிக்குள்ளே கிடந்தாளே அவ யாருன்னு நினைச்சே...? கொரட்டூர் கோமளான்னு ஒருத்தி. என்னோட பொண்டாட்டி செத்ததிலிருந்து அவதான் எனக்கு பொண்டாட்டி மாதிரி, வாரத்துக்கு ரெண்டு தடவை நடுராத்திரிக்கு மேல் வந்துட்டுப் போவா. போன வாரம் வரைக்கும் கழுதை ஒழுங்காய் இருந்தா.

திடீர்ன்னு ஒரு பெரிய தொகை கேட்டு முரண்டு பண்ணினா. பணம் கேட்டதோட மட்டும் நின்னுருந்தா பரவாயில்லை. எனக்கும் அவளுக்கும் இடையே இருக்கிற தொடர்பை வெளியே சொல்லிடுவேன்னு மிரட்டினா. கூலி ஆட்களை வெச்சுப் போட்டுத் தள்ளிட்டேன்."

பாடி யாரோடதுன்னு தெரியாமே இருக்கிறதுக்காக நம்ம ஆட்கள் தலையை எடுத்து பெட்ரோலை ஊத்தி பஸ்பம் பண்ணிட்டாங்க. அதுக்கப்புறம் எனக்கொரு யோசனை தோணிச்சு. உன்னை என்னோட வழிக்குக் கொண்டு வரணும்ன்னா உன்னோட தம்பி டாக்டர் பஞ்சாபகேசனை இந்தக் கொலையில் மாட்ட வெச்சா என்ன என்கிற யோசனைதான்.

யோசனையை நமக்கு வேண்டிய இன்ஸ்பெக்டர் சேதுகிட்டே சொன்னேன். சேது ஹாஸ்பிட்டல் மார்ச்சுவரி ஆட்களைக் கையில் போட்டுக்கிட்டு டாக்டர்க்கு எதிரா கேஸைத் திருப்பி சூசையை அவர்க்கு எதிராக வாக்குமூலம் கொடுக்க வெச்சு கைது பண்ற மாதிரி பாவ்லா காட்டி உன்னை என்கிட்ட வரவெச்சார். நீயும்

வந்துட்டே...! இனிமே நீ எப்படி என்கிட்டே நடந்துக்கிறே என்பதைப் பொறுத்துத்தான் உன் டாக்டர் தம்பியோட தலைவிதி அமையும்."

தலையில் இடி இறங்கிய தினுசில் அப்படியே ஸ்தம்பித்துப் போய் உமாபதியின் கால்களில் விழுந்தார் சீதாபதி. "என் தம்பியை ஒண்ணும் பண்ணிடாதீங்க. அந்தப் புதையல் சம்பந்தப்பட்ட எல்லா விஷயத்தையும் நான் சொல்லிடறேன். எனக்கு நீங்க பங்கு கொடுக்காமே போனாலும் பரவாயில்லை."

"யோவ்... சீதாபதி...! எனக்கு அந்த ஈனபுத்தியெல்லாம் கிடையாது. புதையல்ல உனக்கும் பங்கு உண்டு... ஆனா இப்ப எனக்குத் தெரிய வேண்டிய உண்மை ஒண்ணே ஒண்ணுதான். இந்தப் புதையல் சமாச்சாரமெல்லாம் உண்மைதானா... இல்லை கட்டுக்கதையா...?"

"அக்மார்க் உண்மை...! அதிலும் பட்டர் கொண்டு வந்து கொடுத்த தாமிரப்பட்டயத்திலிருந்த செய்தியைப் பார்த்ததும் புதையல் கோயிலுக்குள்ளேதான் இருக்குங்கிற உண்மை சர்வ நிச்சயமாயிடுச்சு. பட்டயத்தில் இருந்த பாடலோட வரிகளைப் படிச்சதுமே புதையல் எங்கே இருக்குங்கிற உண்மை எனக்கு உள்ளங்கை நெல்லிபோல் தெரிஞ்சுடுச்சு. ஆனா அதை பட்டர்கிட்டே சொல்லலை..."

"அதாவது... அவரையும் நீ ஏமாத்த நினைச்சிருக்கே?"

"உண்மைதான்! டைரக்டர் திருஞானத்துகிட்டே கலந்து பேசிட்டு அதுக்கப்புறம் பட்டர்கிட்டே சொல்லிக்கலாம்ன்னு நினைச்சேன்."

"ஆர்க்கியாலஜி...! நீ ஜகஜாலக் கில்லாடிய்யா...! அரசியலுக்கு வந்துடய்யா... என்னோட லெவலுக்கு வந்துடலாம்..."

சீதாபதி கைகூப்பினார்.

"இந்த விஷயத்துல இனிமே நான் யாரையும் ஏமாத்த விரும்பலை. பட்டர் கொண்டு வந்து கொடுத்த தாமிரப் பட்டயத்தில் இருந்த பாடல்படி அந்தப் புதையல் எங்கே எந்த இடத்துல புதைக்கப்பட்டு இருக்குன்னு எனக்கு நல்லாவே தெரியும்..."

"சொல்லு கேட்போம்."

"மொதல்ல அந்த பாட்டு என்னன்னு சொல்லிடறேன். கொடுத்துக் கெடுப்பானுக்கும், கெடுத்துக் கொடுப்பானுக்கும், நடுவில் பருந்து

மூக்கின் எல்லைக்கு அப்பால், அஞ்சில் ஒன்றின் வழியினிலே, இருபத்து ஏழில் இருபத்து மூன்றாவது அதிபதியின் கீழே, ஆறடி இருட்டினிலே, காண்மின் கோடி கோடி பசும்பொன்... நவ மாணிக்கம்."

உமாபதி விஸ்கி வழியும் வாயோடு சிரித்தார்.

"என்னய்யா... பாட்டைக் கேட்டா ஏதோ விடுகதை போடற மாதிரி இருக்கு...!"

"இது கிட்டத்தட்ட ஒரு விடுகதை மாதிரிதான்! கொடுத்துக் கெடுப்பான் குரு. கெடுத்துக் கொடுப்பான் சனி. கோயிலில் இருக்கிற இந்த ரெண்டு சன்னதிகளுக்கு நடுவில் 'பருந்தின் மூக்கு'ங்கிற வார்த்தையைக் குறிக்கிற கருடாழ்வார் சன்னதிக்கு அப்பால் அஞ்சில் ஒன்றின் வழியினிலே சென்றால்..."

"அது என்ன அஞ்சில் ஒன்றின்...?"

"பஞ்சபூதங்கள் அஞ்சு, நீர், நிலம், நெருப்பு, காற்று, ஆகாயம். இந்த அஞ்சில் ஒன்றான நீர் நிரம்பிய கோயிலின் தீர்த்தக் குளம் வழியாகச் சென்றால் சக்கர வடிவத்தாலான உட்பிரகாரம் பார்வைக்குக் கிடைக்கும்."

"சரி... அது என்ன... இருபத்து ஏழில் இருபத்து மூன்றாவது அதிபதி...?"

"அந்த சக்கர வடிவ உட்பிரகாரத்தில் 27 கல் ஜன்னல்கள் இருக்கு... கல்லையே ஜன்னல் மாதிரி செதுக்கியிருப்பாங்க. அந்த இருபத்தேழு கல் ஜன்னல்களில் 23வது அதிபதின்னு பாடலில் குறிப்பிட்டு சொல்லியிருக்கிறதால அந்த 23-வது ஜன்னலுக்குக் கீழே ஆறடி இருட்டினிலே புதையல் இருக்கலாங்கிறது என்னோட கணிப்பு."

"அது என்ன ஆறடி இருட்டு...?"

"பூமிக்குக் கீழே ஆறடி பள்ளம் தோண்டணும் என்கிறது பாடலோட வரி."

"புதையல் கிடைக்குமாய்யா?"

"கண்டிப்பா கிடைக்கும்."

"சரி... அது என்ன 27 ஜன்னல் கணக்கு?"

“வான சாஸ்திரப்படி 27 நட்சத்திரங்கள். ஒவ்வொரு நட்சத்திரத்துக்கும் ஒவ்வொரு ஜன்னல்.”

“27-ங்கிறது நட்சத்திரங்கள்தான்னு எப்படி அவ்வளவு உறுதியாய் சொல்றே... அந்த 27 கணக்கு வேறு எதுவாகவோ இருக்கக் கூடாதா என்ன...?”

“அப்படியிருக்க வழியில்லை...”

“ஏன்...?”

“அது நட்சத்திரங்களோட எண்ணிக்கைதான்னு உறுதிப்படுத்தற விதமாய் ஒவ்வொரு ஜன்னலுக்கும் கீழே அந்தந்த நட்சத்திர அதிபதியின் உருவம் ஒரு சிறிய சிலையாய் செதுக்கப்பட்டு இருக்கு...”

உமாபதி பிரமிப்பாய் பார்த்தார்.

“அந்தக் கோயிலோட ஒவ்வொரு அங்குலத்தையும் மனசுக்குள்ளே போட்டு பூட்டி வெச்சிருக்கேய்யா...! ம்... ம்... மேற்கொண்டு சொல்லு.”

சீதாபதி தொடர்ந்தார்.

“அந்த கணக்குப்படி பார்த்தா 27 நட்சத்திரங்களில் முதல் நட்சத்திரம் அஸ்வினி. இந்த நட்சத்திரத்துக்கு அதிபதி கேது பகவான். கேது பகவானின் சிலை எந்த ஜன்னலுக்கு கீழே இருக்கோ அதுதான் முதல் ஜன்னல். அந்த கணக்குப்படி வரிசையாய்ப் பார்த்தா 23-வது நட்சத்திரம் அவிட்டம். அந்த நட்சத்திரத்துக்கு அதிபதி செவ்வாய். செவ்வாயின் அம்சம் முருகன். முருகனோட சிலை அந்த 23-வது ஜன்னலுக்குக் கீழே இருக்கும். அந்த சிலைக்குக் கீழே உள்ள நிலப்பரப்பில் ஆறடி பள்ளம் தோண்டினா புதையல் கண்டிப்பாய் இருக்கும்.”

“யோவ்... இதெல்லாம் நிஜமா...?”

“சித்தர்கள் பித்தர்கள் இல்லை. அவங்க மகான்கள். அவங்க எழுதி வெச்ச பாடல் வரிகள் பொய்யாய்ப் போகாது...”

“சரி... நாளைக்குக் காலையில் அஞ்சு மணிக்கெல்லாம் நீ, நான், உன்னோட பொண்ணு, அந்த பட்டர், திருஞானம் எல்லோரும் புறப்பட்டு ஐஸ்வர்யப் பெருமாள் கோயிலுக்குப் போறோம். அங்கே இரண்டு நாள் தங்கியிருந்து வெளியே யார்க்கும் தெரியாதபடி

புதையலைத் தோண்டி எடுக்கிறோம்... யார்க்காவது சந்தேகம் வந்து கேட்டா ஆர்க்கியாலஜி டிபார்ட்மெண்ட் ரிசர்ச் பண்றதுக்காக குழி தோண்டியிருக்குன்னு சொல்லலாம்..."

"அது... வந்து..."

"என்னய்யா..."

"எனக்கென்னமோ பயமாயிருக்கு."

"எதுக்கய்யா பயம்...? நான் யாரு... இந்து அறநிலையத்துறை அமைச்சர். எவனாவது என் முன்னாடி விரல் நீட்டிப் பேச முடியுமா?"

"இருந்தாலும்?"

"பயப்படாமே போய்யா...! கவர்ன்மெண்ட்டே என்னோட பாக்கெட்ல இருக்கும்போது ஏன்ய்யா தொடை நடுங்கறே...?"

சீதாபதி தலையாட்டிவிட்டு நகர்ந்தார்.

15

தஞ்சை மாவட்டம் பேராவூரணியை அடுத்த குருவிக்கரம்பை அருகே 'மருங்கப்பள்ளம்' என்ற ஊர் உள்ளது. ஒரு காலத்தில் அரிய மூலிகைகள் நிறைந்த காடாக இருந்ததால் 'மருந்து பள்ளம்' என்று அழைக்கப்பட்டு காலப்போக்கில் மருந்து பள்ளம் மருங்குப் பள்ளமாக மாறிவிட்டது. இங்கு பழமை வாய்ந்த ஔசத புரீஸ்வரர் கோயில் உள்ளது. (ஔசதம் என்றால் மருந்து என்று பொருள்.) சோழ மன்னரால் கட்டப்பட்ட இக்கோயிலின் ராஜகோபுர கல்வெட்டில் ஒரு பாடல் இருக்கிறது. இந்தப் பாடலில் உள்ள வார்த்தைகளைப் புரிந்து கொண்டு தேடினால் கோயிலில் புதைந்துள்ள பல கோடி ரூபாய் மதிப்புள்ள பொற்காசுகள் கிடைக்குமாம்.

ஐஸ்வர்யப் பெருமாள் கோயிலின் ராஜகோபுரம் அருகே அந்த அறிவிப்பு பலகை கொட்டை எழுத்துக்களோடு தெரிந்தது.

புதைபொருள் ஆராய்ச்சிக் கழகம் இந்தக் கோயிலில் சில ஆராய்ச்சிப் பணிகளை மேற்கொண்டு இருப்பதால் இரண்டு நாட்களுக்கு பக்தர்கள் யார்க்கும் உள்ளே வர அனுமதியில்லை. அத்துமீறுபவர்கள் மீது சட்டப்படி நடவடிக்கை எடுக்கப்படும்.

இவண்,
புதைபொருள் ஆராய்ச்சித்துறை.

இந்த அறிவிப்பின் காரணமாக கோயில் வெறிச்சோடிப் போயிருக்க உள்ளே சக்கர மண்டபத்தில் 23-வது கல் ஜன்னலுக்குக் கீழே அந்தக் குழி வேக வேகமாய் தோண்டப்பட்டுக் கொண்டு இருந்தது.

மொத்தம் பத்து ஆட்கள் நீண்ட கடப்பாரைகளுடன் செயல்பட்டார்கள். ஆறடிக்கு ஆறடி என்ற அளவில் பெரிய சதுரக்குழி.

குழியைச் சுற்றிப் போடப்பட்டிருந்த நாற்காலிகளில் அமைச்சர் உமாபதி, சீதாபதி, திருஞானம், ஓவியா உட்கார்ந்திருக்க, பட்டர் கலவர முகத்தோடு மார்புக்குக் குறுக்காக கைகளைக் கட்டியபடி நின்றிருந்தார்.

உமாபதி கேட்டார்.

“இப்ப எத்தனை அடி தோண்டியிருக்காங்க?”

“நாலடி...” என்றார் சீதாபதி.

“இன்னும் ரெண்டடி தோண்டினா புதையல் கிடைச்சுடுமா?”

“கிடைச்சுடும்.”

“ஒருவேளை கிடைக்கலைன்னா?”

“கண்டிப்பா கிடைக்கும்... சித்தர் வாக்கு சுத்தம்ன்னு சொல்லுவாங்க...”

“பார்க்கலாம்... இன்னும் ரெண்டடி தோண்டினா நாம புத்திசாலிகளா... பைத்தியக்காரங்களான்னு தெரிஞ்சுடும்...! பட்டரே!”

“அய்யா...!”

“பக்கத்துல இளநீர் கிடைக்குமா?”

“கிடைக்கும்ய்யா...”

“போய் வாங்கிட்டு வாய்யா...”

பட்டர் கோயிலுக்கு வெளியே ஓடிப்போய் சாலையோரமாய் இருந்த இளநீர் கடையில் இளநீர்களை வெட்டிக் கொண்டு வந்தார்.

எல்லோரும் இளநீர் சாப்பிட்டு முடித்த விநாடி கடப்பாரையால் தோண்டிக் கொண்டிருந்த கூலியாட்களில் ஒருவன் குரல் கொடுத்தான்.

“அ... அ... அய்யா...! இங்கே வந்து பாருங்க... மண்ணுக்குள்ளே ஏதோ பெட்டி மாதிரி தெரியுது.”

எல்லோரும் ஆர்வமாய் எழுந்து ஓடிப்போய்ப் பார்த்தார்கள்.

நான்கடிக்கு நான்கடி என்ற அளவில் ஒரு பெரிய பெட்டியின் விளிம்புகள் மண் மூடிய நிலையில் தெரிந்தது.

உமாபதி குரல் கொடுத்தார்.

"ம்... தோண்டுங்க... தோண்டி அந்தப் பெட்டியை வெளியே எடுங்க...!"

ஆட்கள் புயல் வேகத்தில் செயல்பட்டார்கள்.

அடுத்த பத்தாவது நிமிடம்.

அந்தப் பெட்டி அழகிய வேலைப்பாடுகளுடன் மண் அப்பிய நிலையில் மேலே வந்தது.

சிரமத்தோடு இறக்கப்பட்டது.

உள்ளே –

குவியல் குவியலாய் பொற்காசுகள். பொற்காசுகளுக்கு நடுவில் மாதுளை முத்துக்கள் போல் நவமணிகள்.

எல்லோருடைய பார்வைகளும் பல விநாடி நேரத்துக்கு உறைந்து போயிற்று.

அதிர்ச்சியிலிருந்து முதலில் மீண்டவர் உமாபதி.

மீண்டவர் உடனே...தன் செல்போனை எடுத்து எண்களை அழுத்தினார். பேசினார்.

"சாரதி...! நான் முதலமைச்சர்கிட்டே பேசணும். ஒரு அவசர செய்தி. இணைப்பு கிடைக்குமா?"

சாரதி சிரித்தார்.

"உங்க போனுக்காகத்தான் சி.எம். வெயிட் பண்ணிட்டிருக்கார். போங்க."

அடுத்த சில விநாடிகளில் முதலமைச்சரின் குரல் கேட்டது. "என்ன உமாபதி...?!"

"புதையல் பொய்யில்லை. உண்மை. ஒரு பழங்கால பேழை நிறைய தங்கக் காசுகள். ரத்தினங்கள். இந்தக் கோயிலில் குடியிருக்கிறவர் உண்மையிலேயே ஐஸ்வர்யப் பெருமாள்தான்."

"பிரஸ்ஸுக்கும் டி.விக்கும் நியூஸ் கொடுத்துடலாமா?"

"தாராளமா...! மீடியா பீப்பிளுக்காக நான் இங்கே வெயிட் பண்ணிட்டிருக்கேன்."

"புதையலோட மதிப்பு எவ்வளவு இருக்கும்?"

"என்னால கணிக்க முடியலை. நிச்சயமாய் பல நூறு கோடிகளைத் தாண்டும்... எவ்வளவு இருந்தாலும் மாநில வளர்ச்சித் திட்டப் பணிகளுக்கு உபயோகப்படுத்திக்க வேண்டியதுதான்... ஒரு மணி நேரம் கழிச்சு மறுபடியும் உங்களை காண்டாக்ட் பண்றேன். இப்போ பெட்டியைக் கோயிலுக்குள்ளேயே பத்திரமான இடத்துக்குக் கொண்டு போகணும். உடனடியா ஸ்பாட்டுக்கு போலீஸ் வந்தா பரவாயில்லை."

"போலீஸுக்கு நான் ஏற்பாடு பண்றேன்!"

உமாபதி செல்போனை அணைக்க – பக்கத்தில் சீதாபதி திகைப்பாய் அவரைப் பார்த்தார். குரலைத் தாழ்த்தினார்.

"என்ன இது...?"

"எது...?"

"புதையல் கிடைச்ச விஷயத்தை சி.எம்க்கு போன் பண்ணி சொல்றீங்க?"

"அவர்கிட்டதானே சொல்லணும்?"

"அவர்... சரி...! டி.வி. ப்ரஸ் பீப்பிளுக்கு சொன்னா அடுத்த நிமிஷம் தமிழ்நாடு பூராவும் தெரிஞ்சுடுமே?"

"தெரியட்டுமே!" சொன்ன உமாபதி சிரித்தார்.

"சீதாபதி...! நீ என்னைத் தப்பா புரிஞ்சுகிட்டே...! இந்தப் புதையலை நான் எடுத்துகிட்டு உங்களுக்கெல்லாம் பங்கு தருவேன்னு நினைச்சிட்டீங்க. என்னோட எண்ணம் அது இல்லை. புதையல் பத்தின உண்மையைத் தெரிஞ்சவன் நீ ஒருத்தன்தான். உங்கிட்டயிருந்து உண்மையை நேரடியா வாங்க முடியாதுன்னு எனக்குத் தெரியும். உன்னை வழிக்குக் கொண்டு வரணும்ன்னா உனக்கு ஏதாவது ஒரு பிரச்னையை உண்டாக்கணும்ன்னு நினைச்சேன். உன்னோட டாக்டர் தம்பிக்கு போலீஸ் மூலமா டார்ச்சர் கொடுத்து உன்னை என்னோட வழிக்குக் கொண்டு வந்தேன்...! சூசை என்னோட ஆள். அவன் அந்த வாக்குமூலத்தை லெட்டரா தந்தப்பதான் இன்ஸ்பெக்டர் சேதுவுக்கு உண்மையான நிலவரத்தைச் சொல்லி அவரையும்

ஆட்டத்துல சேர்த்துகிட்டோம். ஆனா என்னைத் தவிர புதையல் விஷயம் யாருக்கும் தெரியாது."

"அப்படீன்னா நீங்க பண்ணின அந்தக் கொலை...? கொரட்டூர் கோமளா...?"

உமாபதி சிரித்தார்.

"அப்படி ஒரு பொண்ணே இல்லாதப்ப கொலை எப்படி நடக்கும்?"

"தலையில்லாத ஒரு பொண்ணோட உடல் மார்ச்சுவரியில் இருந்தது எப்படி...?"

"உன்னோட தம்பியைக் கொலைப் பிரச்னையில் சிக்க வைக்கிறதுக்காக செங்கல்பட்டு ஹாஸ்பிட்டல் மார்ச்சுவரியிலிருந்து கொண்டு வரப்பட்ட ஒரு பொண்ணோட உடல். ரயிலில் அடிபட்டு தலை துண்டாகிப் போன பொண்ணோட உடல் அது...!"

சீதாபதி பெருமூச்சு விட்டார்.

"நீங்க இப்படியெல்லாம் என்னைப் பந்தாடறதுக்குப் பதிலாய் நேரிடையாவே கூப்பிட்டுப் பேசியிருக்கலாமே?"

"அப்படிப் பேசியிருந்தா நீ பிடி குடுத்து பேசமாட்டே...! மயிலே மயிலே இறகு போடுன்னு சொன்னா அது போடுமா...? போடாது. நமக்கு மயிலிறகு வேணும்ன்னா பிடுங்கினாத்தான் உண்டு...! பிடுங்கிட்டேன். ரொம்பவும் வலிக்குதா ஆர்க்கியாலஜி?"

"கொஞ்ச நேரத்துக்கு முன்னாடி வரை வலி இருந்தது. இப்ப சுத்தமாய் இல்லை...!" சீதாபதி சொல்லிவிட்டுச் சிரித்தார்.

❖❖❖

www.ingramcontent.com/pod-product-compliance
Lightning Source LLC
LaVergne TN
LVHW100828051026
849519LV00006B/2230
9789390771530